AF762632

பன்றி வேட்டை

பன்றி வேட்டை

லஷ்மி சரவணகுமார்

எழுத்து
பிரசுரம்

Title: Pandri Vettai
Author's Name: Lakshmi Saravanakumar
Copyright © Lakshmi Saravanakumar - 2025
Published by Ezutthu Prachuram

All rights reserved. No part of this publication may be reproduced, stored in a retrieval system, or transmitted, in any form or by any means, electronic, mechanical, photocopying, recording, psychic, or otherwise, without the prior permission of the publishers.

Ezutthu Prachuram
(An imprint of Zero Degree Publishing)
No.75 & 76, Ist Floor, Kuppusamy Street,
Balaji Nagar,
Padi,
Chennai - 600050

Website: www.zerodegreepublishing.com
E Mail id: zerodegreepublishing@gmail.com
Phone: 89250 61999

Ezutthu Prachuram First Edition : July 2025

ISBN : 978-93-48439-95-6

TITLE NO EP :581

Rs.220/-

Cover Design: Negizhan
Layout: G.Selva kumar
Printed at Rathna Offset, Chennai, India

மரியாதைக்குரிய எழுத்தாளர் ரமேஷ் ப்ரேதனுக்கு

எல்லா வேட்டைகளின் முடிவையும் காடுதான் தீர்மானிக்கிறது

திண்டுக்கல்லில் நடந்த ஒரு நிகழ்ச்சிக்காக நண்பர்களுடன் பயணிக்கையில் தந்தை மகன் உறவில் இருக்கக்கூடிய அதீத அன்பைக் குறித்தும் வெறுப்பைக் குறித்தும் பேச்சு வந்தது. கொமோரா, கானகன் எனத் தொடர்ந்து தந்தைகளின் மீது மகன்களுக்கிருக்கும் வெறுப்பை எழுதுகிறவன் என்கிற வகையில் எனது தரப்பு வாதங்களை நான் விரிவாக எடுத்துவைத்துக் கொண்டிருந்தேன். எனது நண்பர்களில் ஒருவர் இடையீடாக அப்போது பரபரப்பாகப் பேசப்பட்ட ஒரு செய்திக்குப் பின்னாலிருந்த சில சம்பவங்களைப் பகிர்ந்துகொண்டார். அதீதமான அன்பை மட்டுமே தந்த ஒரு தந்தைக்கு அவரது மகன் எத்தனை கொடூரமான முகத்தைக் காட்டினான் என்பதை அந்தச் சம்பவங்கள் உணர்த்தின. ‘பன்றி வேட்டை’ என்னும் இந்தக் கதைக்கும் அந்தச் செய்திக்கும் தொடர்பில்லைதான், ஆனால் இந்தக் கதையின் துவக்கம் அந்த உரையாடலிலிருந்துதான் துவங்கியது.

முதலில் இதனை ஒரு நெடுங்கதையாக எழுதியிருந்தேன். அந்தப் பிரதியை வாசித்த நண்பர்கள் ஒரு திரைப்படத்திற்கான வீச்சுகளோடு இருப்பதாகச் சுட்டிக்காட்டவும் உடனடியாக அதன் திரைக்கதை வடிவத்தை எழுதத் துவங்கிவிட்டேன். ஒரு கட்டத்தில் திரைப்படமாவதற்கான முன் தயாரிப்புப் பணிகள்வரை எல்லாமே நடந்து முடிந்தன. நடிகர் நடிகையர் தயாரிப்பு என எல்லாமே கைகூடி வந்தபோது, முதல் படமாக இத்தனை தீவிரமானதொரு

கதையை எடுத்தால் தமிழ்ச் சூழலில் எவ்வாறான வரவேற்பு இருக்கக்கூடுமென்கிற சந்தேகம் வர, தற்காலிகமாக இதனை நிறுத்தி வைப்பது எனத் தயாரிப்புத் தரப்போடு பேசி நிறுத்தி வைத்தோம். அதே காலகட்டத்தில் 'லிங்கம்' என்கிற வலைத்தொடரைத் துவங்கி இதோ இன்னும் சில தினங்களில் அது வெளியாகவும் போகிறது. இடைப்பட்ட காலத்தில் பன்றி வேட்டையின் கதைக்குள் சில புதிய வெளிச்சங்கள் தென்பட்டதால் ஒரு நாவலாக எழுதிப் பார்க்கலாமென முடிவு செய்தேன்.

கொமோராவைத் தவிர்த்து எனது எல்லா நாவல்களையுமே நெருக்கடியான காலகட்டங்களில்தான் எழுதியிருக்கிறேன். இந்த நாவலும் அப்படித்தான். ஒருபுறம் லிங்கம் வலைதொடருக்கான வேலைகளும், அடுத்ததாக இயக்கவிருக்கும் திரைப்படத்திற்கான வேலைகளும் ஓடிக்கொண்டிருக்க, அதற்கு நடுவிலேயே எனக்குப் பிடித்த இந்த நாவலை எழுதிக்கொண்டிருந்தேன். இந்த அசாத்தியமான வேலையைச் செய்வதற்கான மனநிலையை என்றென்றைக்கும் தக்கவைத்துக்கொள்ளவேண்டும் என்பதுதான் எனது விருப்பம். எனக்குப் பிடித்தமான மேற்குத் தொடர்ச்சிமலை, பளியர்கள், வேட்டை என எல்லாவற்றோடும் சேர்த்து அதிகாரத்தில் இருப்பவர்களுக்கும் அதனை எதிர்க்க நினைக்கிறவர்களுக்குமான உள்முரண்களும் உண்டு. காடுகளைக் குறித்து எழுதும்போதெல்லாம் இன்னும் நீ சொல்லப்பட வேண்டியது அனேகமிருக்கிறது என்பதைத்தான் மனம் சுட்டிக்காட்டுகிறது. எப்போதும்போல் எனது நூலைச் சிறப்பாக வெளியிடும் ஸீரோ டிகிரி பதிப்பகத்தின் ராம்ஜீக்கும் காயத்ரிக்கும் எனது அலாதியான அன்பு. எல்லாம் வல்ல இறைவனுக்கும், நான் வணங்கும் இயற்கைக்கும், எனதன்பு மனைவி கார்கிக்கும் என்றென்றும் என் நன்றி.

லஷ்மி சரவணகுமார்
சென்னை

பகுதி – 1

(காலம் – 1970)

பெருமழைக்குப் பிறகான அதிகாலையின் முதல் வெளிச்சம், யானைத் துப்பாக்கியின் முனையில் பொன்னொளியாய் ஜொலிக்க, நீண்ட நாட்களுக்குப்பின் வேட்டைக்குத் தயாராகும் பூரிப்போடு முத்தையா துப்பாக்கியினைத் துடைத்துக்கொண்டிருந்தார். அவரது உருவத்திற்குச் சற்றும் குறையாத முரட்டுத்தனம் துப்பாக்கிக்கு உண்டு. அவரை விடவும் அரையடி உயரம் அதிகம்.

நூறாண்டுகளுக்கும் மேலாக ஜமீன் வீரணனிடம் இருக்கும் இந்தத் துப்பாக்கி எத்தனையோ மிருகங்களை மேற்குமலையில் சுட்டு வீழ்த்தியிருக்கிறது.

பெரும் வேட்டைகளைக் கண்ட மிதப்பினை அந்தத் துப்பாக்கியைப் பார்க்கும் எவரும் உணரமுடியும். அவருக்கு அருகிலேயே சக்கையன் இன்னொரு சாதாரணத் துப்பாக்கியைத் துடைத்துச் சரிசெய்து கொண்டிருந்தான்.

குலசாமி பூசைக்குத் தயாராவதுபோல் அவர்கள் இருவரும் சிரத்தையோடு துப்பாக்கிகளைத் தயார் செய்துகொண்டிருக்க, வீட்டினுள் மனிதக் குரல்களின் சலசலப்பும் ரேடியோ செய்தியின் சத்தமும் மெல்ல உயிர்பெறத் துவங்கின. வீட்டிற்குப் பின்னாலிருந்த தோட்டத்தில் முந்தைய இரவு பெய்த மழையின்

தடயங்கள் ஆங்காங்கே சகதித் திட்டுகளாய்ப் படிந்திருக்க, மனித நடமாட்டத்தின் அதிர்வுகளை உணர்ந்த எலிகள் நாலாபுறமும் சிதறி ஓடின. மரக்கிளைகளில் ஓய்வுக்காகக் கூடடைந்திருந்த பறவைகள் புதிய நாளைக் கண்ட உற்சாகத்தோடு கீச்கீச்சென ஒலியெழுப்பிப் பறக்கத் துவங்கின. நீண்ட நேரம் துடைக்கப்பட்ட இரண்டு துப்பாக்கிகளும் உயிர்பெற்று வினோத மிருகமென அவர்களைப் பார்த்துக்கொண்டிருந்தன.

முத்தையாவுக்கு வயது நாற்பதை நெருங்குகிறது, விவரம் தெரிந்த நாளிலிருந்து இந்த ஜமீனே கதியெனக் கிடப்பவர், அவரது அப்பா வாங்கிய கடனுக்குப் பதிலாய் வேலைக்கு வந்தவருக்கு இன்னும் அந்தக் கடனைத் தீர்த்தபாடில்லை. தனக்குப் பிறகு தன் பிள்ளைகளும் இப்படி ஆகிவிடக்கூடாதென்பது மட்டுந்தான் அவரது ஒரே கவலை. சக்கையனுக்கு முப்பத்தைந்து வயதுதான், சுடுசொல் பேசிப் பழகாத அப்பாவி, தனது தம்பியைச் சில வருடங்களுக்கு முன் பூம்பாறை எஸ்டேட்டிற்கு வேலைக்கு அனுப்பிவிட்டான். அவர்களைப் போலவே அந்த ஊரைச் சேர்ந்த நிறையபேர் ஜமீன் வீரணனின் வீட்டிலும் தோட்டத்திலும் வேலை செய்தார்கள். இந்த ஊருக்கு வெளியே இருக்கும் உலகம் குறித்தோ, அங்கு நடக்கும் நல்லது கெட்டதுகளைக் குறித்தோ பெரிதாக அறிந்திருக்காத அம்மக்கள், ஜமீன் குடும்பத்துக் கட்டுப்பாட்டில் வாழ்ந்து வருகிறார்கள்.

பின்வாசல் வழியாய் வீட்டை ஆக்கிரமிக்கத் துவங்கிய அதிகாலை வெளிச்சம் மெல்ல குசினியறையிலும் எட்டிப் பார்த்தது. நீண்ட காலம் அடுப்பெரித்துச் சுவர்கள் புகைமண்டிப்போன அந்தக் குசினியறைச் சுவரின் கறுப்பிற்குச் சற்றும் குறையாத நிறத்திலிருந்த செல்வி, உணவுகளைத் தயார் செய்துகொண்டிருந்தாள். பத்தொன்பது வயது என்று சொல்ல முடியாதபடி உருவம். மெலிந்து ஒடுங்கிய தேகம், முந்தைய நாள் இரவு தலையில் தேய்த்த விளக்கெண்ணெய் அடுப்புச் சூட்டின் காரணமாய் முகத்திலும் வழிந்திருந்தது. எண்ணெய்ப் பிசுக்கேறிய கோவில் சிலை போலிருந்தவளது உடையின் நிறம் இன்னதென்று சொல்லமுடியாதபடி பழசாகியிருந்தது. அவளது தந்தை தனிக்கொடி சில வருடங்களுக்குமுன் வருசநாட்டுச் சந்தையில் வாங்கிவந்த பாவாடை தாவணி அது. ஜமீன் வீட்டுக்கு வேலைக்கு வரும்போதுதான் இதுவும். வீட்டிலிருக்கையில் இதனைவிடவும்

பழையதான அம்மாவின் சேலை மட்டுந்தான் அவளுக்கு உடுப்பு. நாட்டுக்கோழி ரசம் கொதிக்கும் மணம் வீடு முழுதும் கமகமக்க, செல்வி உத்திரத்தில் தொங்கும் ஆட்டின் சுட்ட கால்களைப் பதமாக அவிழ்த்தெடுத்து அவற்றைத் துண்டுகளாக வெட்டி வெங்காயம் தக்காளியோடு சேர்த்து மண் சட்டியில் வதக்கத் துவங்கினாள். இன்னும் தூக்கம் கலையாத முகத்தோடு சேலைத் தலைப்பால் முகத்திலிருந்த ஈரத்தைத் துடைத்தபடியே குசினிக்குள் வந்த வீரணனின் மனைவி பொம்மக்கா, 'எம்புட்டு நேரம்டி... அவுக எல்லாம் கௌம்ப வேணாமா? வெரசா வேலைய முடி... கட்டங்காப்பி எதுனா போட்டியா?' என்று செல்வியிடம் கேட்க, செல்வி திரும்பி ஒரு குண்டானைக் காட்டினாள்.

'இப்பத்தான் எறக்கி வெச்சேன், கருப்பட்டியப் போட்டுக் கலந்து குடுத்துருங்க...' என்றாள். வதக்கிக்கொண்டிருந்த சட்டியிலிருந்து சூடாக ஒரு தக்காளித் துண்டு தெறித்துக் கையில் பட, அவசரமாக அதனைத் துடைத்துவிட்டுச் சூடுகுறையத் தடவிக்கொடுத்தாள்.

பொம்மக்கா அவிழ்ந்து கிடந்த கூந்தலை அள்ளி முடிந்தபின் மூடிவைக்கப்பட்டிருந்த குண்டானைத் திறந்து பார்த்தாள். மலையிலிருந்து கொண்டுவந்த புதிய காப்பிக் கொட்டையின் மனம் ஒரு நொடியில் அடுப்பில் வெந்துகொண்டிருந்த இறைச்சியின் மணத்தையும் மீறி எழுந்தது.

சீனப் பீங்கான் ஜாடியிலிருந்து கருப்பட்டித் துண்டுகளை எடுத்துத் தட்டி உடைத்தவள் கட்டங்காப்பியில் அளவாகக் கலந்து நான்கைந்து லோட்டாக்களில் ஊற்றினாள். செல்வி தனது வேலையில் மும்முரமாக இருக்க, பொம்மக்கா லோட்டாக்களை எடுத்துக்கொண்டு முன்வாசலுக்கு நடந்தாள்.

வீட்டு வாசலில் வீரணனின் கடைசி மகன் சுப்புராஜ் தான் வளர்க்கும் சிப்பிப்பாறை நாய்களுக்கு விளையாட்டுக் காட்டிக் கொண்டிருக்க, இன்னொருபுறம் அவனது அக்கா சண்முகத்தாய் முட்டுக் கிடாயின் கொம்பினைத் தடவிக்கொடுத்துக் கொண்டிருந்தாள். அவர்களுக்கு இது அன்றாட விளையாட்டு. சுப்புராஜின் நாய்கள் வேட்டைக்குப் பழக்கப்பட்டவை. வீரணன் மூன்றாடுகளாக வேட்டைக்குப் போகாமல் அந்த நாய்களும் காட்டின் தடம் காணத் தவித்துக் கிடந்தன. இறுகிய உடலும் உயர்ந்த கால்களுமாய் அந்த நாய்களின் கண்களை எதிர்கொள்ளும்

எவருக்கும் ஒரு நொடி அடிவயிற்றில் கலக்கம் வரும். எந்த மிருகத்தையும் நேருக்கு நேராய் எதிர்கொள்ளும் மூர்க்கம் அவற்றின் கண்களில் உண்டு. சண்முகத்தாய் வளர்க்கும் இந்த முட்டுக்கெடா தேனி உசிலம்பட்டி எனப் பல்வேறு ஊர்களில் நடந்த போட்டிகளில் நிறையப் பரிசுகள் பெற்றிருக்கிறது. வீரணன் அவளை எங்கும் அழைத்துச் செல்லவில்லை என்றாலும் ஒவ்வொரு முறையும் அந்த ஆட்டுக்கிடாய் ஜெயித்துவிட்டுத் திரும்பி வருகையில் மாலையோடு அதனைப் பார்க்க சண்முகத்தாயிக்கு பூரிப்பாக இருக்கும். கட்டங்காப்பியோடு வந்த பொம்மக்கா அவர்கள் இருவரையும் பார்த்து எரிச்சலானாள்.

‘ஏய் கழுதைகளா காலங்காத்தால உங்களுக்கு வேற அலுவலு இல்லயா?’ என சலிப்போடு கேட்க சுப்புராஜ் சிரித்தபடியே நாயிடம் ‘டேய் அம்மாவ ஒரு கடி கடிடா... போ கடி...’ என கயிற்றைத் தளர்த்தி முன்னேறிக் குரைக்க விட்டான். பொம்மக்கா அதன் குரைப்பொலியைப் பொருட்படுத்தாமல். ‘ஏய் கத்தாம வாய மூடிரு... காப்பிய மூஞ்சில ஊத்திருவேன்...’ எனக் கோபமாகச் சொல்ல நாய் வாலைச் சுருட்டிக்கொண்டு நின்றது. சுப்புராஜ் நாயை மரத்தோடு கட்டிவிட்டு வந்து காப்பியை எடுத்துக் கொள்ள, ‘நீ இன்னிக்கி பள்ளிக்கூடம் போகற மாதிரி தெரியல....’ என பொம்மக்கா கேட்க, ‘எம்மா அப்பாவும் அண்ணனும் வேட்டைக்குப் போவுதுங்கள்ள... இன்னிக்கி எதுக்கு பள்ளியோடம் போ சொல்ற... பேசாம போ...’ என எரிந்துவிழுந்தான். தனக்கும் ஒரு லோட்டாவை எடுத்துக்கொண்ட சண்முகத்தாயிடம்,

‘எடியே வீட்டுல நீ ஒருத்தியாச்சும் ஒழுங்கா இருப்பயின்னு பாத்தா நீயும் ஆடு நாயின்னு வெளையாடிட்டு இருக்க.... உனக்கு எட்டுகுத்து எளயவள்ளாம் கல்யாணம் கட்டி குட்டியும் போட்டுட்டாளுக... நீ இன்னும் ஆட்டமா ஆடிட்டு இருக்க... நாளைக்கு இன்னியாரம் ஒருத்தனுக்கு கட்டிக் குடுத்துட்டா வாக்கப்பட்டுப் போற எடத்துல இப்பிடித்தான் வெளாண்டுட்டு இருப்பியா...’ என பொம்மக்கா விசனப்பட,

‘எம்மோய் நான் என்னத்துக்கு எங்கியோ வாக்கப்பட்டுப் போகணும். அப்பா பேச்சுக்குக் கட்டுப்பட்டு இருக்க எவனையாச்சும் கட்டிவெச்சிட்டா அவென் இங்க வந்து இருந்துட்டுப் போறான்...’ என சண்முகத்தாய் சிரித்தாள்.

ஆமாடி ஒனக்கும் ஒங்கொப்பனுக்கும் தொண்டூழியம் பண்ணத்தான் ராவிட்டு இருக்கானுங்க... ஒழுக்கமா காபிய குடிச்சுட்டு உள்ள போ... என்று சொல்லிவிட்டு மிச்சமிருக்கும் லோட்டாக்களோடு பின்வாசலை நோக்கி நடந்தாள்.

பொம்மக்கா காப்பி லோட்டாக்களோடு பின்வாசலுக்கு வந்தபோது, வீரணன் யானைத் துப்பாக்கியின் பளபளப்பை ரசித்தபடி வாழைத்தோப்புப் பக்கமாகக் குறிவைத்துப் பார்த்தார். எவரும் எதிர்கொள்ள முடியாத உக்கிரம் நிரம்பிய சர்ப்பத்தின் விழிகள் அவருக்கு. வழிவழியாய் அவரது அப்பாவுக்கும் தாத்தாவுக்கும் அப்படியாகத்தான் விழிகளிருந்ததாக வீரணனின் அம்மா சொல்வதுண்டு. தன்னைத் தவிர எவரும் பெறுமதியானவரில்லை என்கிற அகந்தையை அவருக்குள் மிக இளம் வயதிலேயே உருவாக்கியதில் அந்த விழிகளுக்குப் பெரும் பங்குண்டு.

'மூணு வருசத்துக்கு அப்பறம் நான் போகப்போற வேட்ட, இந்த வாட்டி நான் நெனச்ச மாதிரி எல்லாம் நடக்கணும் சக்கையா...' எனச் சொல்லியபடியே அவரது விழிகள் ஸ்திரமாக தூரத்திலிருந்த மரத்தையும் மரத்திலிருந்த பறவையையும் உற்று நோக்கியபடியிருக்க, முத்தையாவும் சக்கையனும் அமைதியாக இருந்தார்கள்.

'என்னடா யோசிக்கிறீங்க?' வீரணன் அவர்களைத் திரும்பிப் பார்க்க, பயம் விலகாத முகத்துடன், 'ஐயா எனக்கென்னவோ சரியாப்படல...' என சக்கையன் சொன்னார். துப்பாக்கியை அவசரமாக சக்கையனின் பக்கமாய்த் திருப்பிய வீரணன் 'உன் முன்னாடி இப்பிடித் துப்பாக்கிய நீட்டி நீ சாகறியா? இல்ல இன்னொருத்தன கொல்றியான்னு கேட்டா என்ன சொல்லுவ?' எனக் கேட்க சக்கையன் அமைதியாகத் தலையைக் குனிந்துகொண்டான்.

"காப்பி" என்ற தனது மனைவியின் குரல் கேட்டுத் துப்பாக்கியைக் கீழே இறக்கியவர் தனக்கான பித்தளை லோட்டாவை எடுத்துக் கொண்டபின் முத்தையாவும் சக்கையனும் தங்களுக்கான அலுமினிய லோட்டாவை எடுத்துக்கொண்டனர். பொம்மக்கா பின்வாசல் வழியாய் குசினியறைக்குள் செல்லும்வரை அமைதி காத்த சக்கையன், 'ஐயா இப்பயும் ஒண்ணும் கெட்டுப் போகல, நல்ல யோசிச்சுக்கங்கய்யா... என்ன இருந்தாலும் உங்க புள்ள...' என தயங்கியபடியே சொல்ல, கையிலிருந்த துப்பாக்கியைத் திருப்பி

அவனது நெஞ்சில் ஓங்கி அடித்தார். அவரது கால்மாட்டில் குத்தவைத்து அமர்ந்திருந்த சக்கையனின் கையிலிருந்த லோட்டா தூரமாய்த் தெறித்து விழ, சக்கையன் மூன்று நான்கு அடிகள் தள்ளிப்போய் விழுந்தான். ‘இந்த வீட்டுச் சொவருக்குக் கூட காது இருக்குடா... தாயோலி... நா என்ன சொன்னனோ அத மட்டும் செய்யி... கேள்வி கேக்காத...’ என முறைக்க, கீழே விழுந்த சக்கையன் உடல் முழுக்க அப்பியிருந்த சேற்றைத் துடைத்தபடியே வலியோடு நகர்ந்து அவரின் கால்மாட்டில் மீண்டும் குத்தவைத்துக் கொண்டான்.

ஊருக்குக் கடைசியாக அடர்ந்த மரங்களுக்கு நடுவிலிருக்கும் இந்த வீடு பிரம்மாண்டமானது. வீரணனின் தாத்தா காலத்தில் கட்டப்பட்ட இந்த வீட்டிற்கு உத்தரமும் கதவும் செய்ய பர்மாவிலிருந்து தேக்கு மரங்களை வரவழைத்திருந்தார்கள். வீரணனின் தாத்தா கொண்டைய ராஜு தனது நான்கு மகன்களில் இருவரைக் கடல் கடந்து படிக்க அனுப்பியிருந்தார். அவர்களில் ஒருவர் பிரிட்டிஷ் அரசாங்கத்தில் டாக்டராக பர்மாவில் வேலைக்குச் சென்று பின் அங்கேயே தங்கிவிட்டார். மற்ற மூவரில் ஒருவர் கல்கத்தாவிற்கும் இன்னொருவர் மதராஸிற்கும் சென்றுவிட, அவர்களின் குடும்பங்கள் வழி வழியாக அங்கேயே வாழத் துவங்கிவிட்டார்கள்.

வீரணனின் அப்பாதான் ஜமீன் சொத்துகளை நிர்வகித்து எல்லாவற்றையும் பார்த்துக்கொள்ளும் பொறுப்பை எடுத்துக் கொண்டார். ஆளும் பேருமாய் வந்துபோன வீட்டில் இப்போது வீரணன் குடும்பத்தினர் மட்டுமே இருக்கிறார்கள். இரண்டு வருடத்திற்கு ஒருமுறை உறவினர்கள் குலசாமி வழிபாட்டிற்கு இந்த ஊருக்கு வருவதோடு சரி, மற்றபடி இந்தக் காடும் மலையும் அவர்களுக்குப் பொருட்டில்லை. பல பண்டிகைகளையும் பெரும் கூட்டத்தையும் பார்த்த இந்த வீட்டின் அனேக அறைகள் பழைய சாமான்கள் பூட்டி வைக்கப்பட்டு பெரும்பாலும் திறக்கப்படாமலேயே இருந்தன. ஒவ்வொரு வருடமும் தைப்பொங்கலுக்கு முந்தைய ஒரு வாரம் முழுக்க மஞ்சளும் வெள்ளையும் அல்லாத ஒரு நிறத்தில் மொத்த வீட்டிற்கும் சுண்ணாம்பு அடிப்பார்கள். முன்வாசலிலும் பின்வாசலிலும் ஒரே நேரத்தில் வேலையைத் துவங்கி வீட்டின் நான்கு திசைகளிலும் திசைக்கு ஐந்து பேராக உயரமான சாரங்களைக் கட்டி வேலை

செய்து முடிப்பார்கள். தைப்பொங்கலுக்கு அடுத்த நாள் ஜமீன் வீட்டிற்கு முன்னாலிருக்கும் மைதானத்தில் ஊர்க்காரர்களுக்கு விருந்து நடக்கும். வறுமை, பசி, அடி, உதையென வருடம் முழுக்கச் சொல்லொண்ணாத் துயரங்களை எதிர்கொண்டு துவளும் அந்த மக்களுக்கு, சிரிக்கவும் தெரியுமென்கிற யதார்த்தம் அந்த ஒருநாள் மட்டுந்தான் புரியும்.

★★★

முப்பது வயதைக் கடந்த வேப்பமரத்தின் பட்டைகளில் திரண்டிருந்த பிசினில் சிக்கிய பூச்சிகள் வெளியேறத் தத்தளித்துக் கொண்டிருக்க, அதன் மீது ஈரமான மஞ்சள் துணியைத் தனிக்கொடி கட்டினார். ஜமீன் வீட்டின் முன்வாசலில் நாவல் மரமும், கொய்யாவும், நெல்லி மரமும் சற்று தூரத்தில் கொடுக்காய்ப்புளி மரமும் கூடவே நுழைவு எல்லையாக ஒரு அரசமரமும் இருந்தாலும் இந்த வேப்பமரமும் இதனை ஒட்டி இருக்கும் சிறிய கோவிலும் அவர்களுக்கு முக்கியமானது. ஜமீன் குடும்பத்தினர் மட்டுமே வணங்கக்கூடிய அந்தக் கோவிலில் ஒவ்வொரு முறையும் வேட்டைக்குச் செல்வதற்கு முன் தனிக்கொடிதான் பூசை வைப்பார். ஜமீன் வீரணனை விட நான்கைந்து வயது முத்தவர், ஒரே சாதிக்காரர் என்பதால் காலங்காலமாக ஜமீன் குடும்பத்திற்கு நம்பிக்கையானவர். அந்தரங்கமான வேலைகளுக்கு வீரணன் இவரை மட்டுந்தான் நம்புவார். அதனால்தான் கோவிலில் பூசை செய்யும் உரிமையைப் பெற்றிருந்தார்.

அந்த வீட்டிற்குள் யார் எவ்வளவு தூரம் வரலாமென ஊரில் ஒவ்வொரு சாதிக்காரர்களுக்கும் ஒரு கட்டுப்பாடு இருந்தது. அந்தக் கட்டுப்பாடுகளுக்குள் வராத ஒரு சிலரில் இவரும் ஒருவர். பூசைக்குத் தயாராகியிருந்த உக்கிரமான அம்மன் சிலை உருண்ட கண்களோடு சிவப்பு உடையணிந்து இரண்டடி உயரத்திலிருந்தது. பூடத்தை ஒட்டியே ஒரு சூலாயுதமும் சில மணிகளும் தொங்கிக் கொண்டிருந்தன. வேப்பமரக் கிளையில் காவு கொடுக்க நேர்ந்துவிட்ட சேவல் தனது கடைசி நிமிடங்களைக் கண்ட அச்சத்தில் ஓங்காரமாகக் குரல் எழுப்பித் துடித்தது. நன்கு பழக்கப்பட்ட ஒரு வேலையைச் செய்யும் லாகவத்துடன் தனிக்கொடி பூசைக்கான ஏற்பாடுகளை வேகவேகமாய்ச் செய்துகொண்டிருக்க, செல்வி அவருக்கு உதவியாய்த் தேவையானவற்றை எடுத்துக் கொடுத்துக் கொண்டிருந்தாள்.

குளித்து முடித்து அலங்காரத்தோடு வீரணனும் அவரது குடும்பமும் அங்கு வந்து சேர்ந்தனர். வீரணனும் அவரது மூத்த மகன் கண்ணனும் வேட்டைக்கான பச்சைநிற உடையோடு இருந்தனர். கண்ணன் வீரணனின் நகல் என்று சொல்லுமளவிற்குத் தோற்றத்திலும் அகந்தையிலும் அவரை உரித்து வைத்திருந்தான்.

குடும்பத்தின் அழியாச் சொத்தான நஞ்சூறிய காப்பி நிற விழிகள் வீரணனின் பிள்ளைகளில் இவனுக்கு மட்டுமே உண்டு. அதனாலேயே ஊர்க்காரர்கள் ஜமீனுக்கு அச்சப்பட்டதைப் போலவே கண்ணனுக்கும் அச்சப்பட்டனர். ஆடி மாதம் வந்தால் இருபத்தைந்து வயதை எட்டப் போகிறவன் வேட்டைக்குப் பழகியிருந்தாலும் வீரணனோடு வேட்டைக்குச் சென்றதில்லை. தந்தையும் மகனுமாகச் செல்லும் முதல் வேட்டை இது.

'என்ன கொடி பூசைய ஆரம்பிச்சிரலாமா?' என்று வீரணன் கேட்க, 'ஆட்டுங்கய்யா... எல்லாம் தயாராதான் இருக்கு...' எனச் சொல்லிய தனிக்கொடி, எலுமிச்சம் பழங்களை அறுத்து குங்குமம் தொட்டு நான்கு புறங்களிலும் எறிந்துவிட்டு சூடம் ஏற்றி சாமிக்குக் காட்டினார். ஜமீன் குடும்பத்தினர் கண்மூடி சாமி கும்பிட, தனிக்கொடி தூரமாய் நிற்கும் முத்தையாவைக் கையசைத்து வரச் சொன்னார். முத்தையா பக்தியோடு முன்னால் வந்து மரத்தில் கட்டிவைக்கப்பட்ட சேவலைத் தூக்கி சாமியின் முன் காட்டிக் கும்பிட்டபடியே கண்ணிமைக்கும் நேரத்தில் அதன் கழுத்தைத் திருகி எறிந்துவிட்டு ரத்தத்தைப் படையலின் மீது தெறிக்க விட்டார். சேவலின் உடல் சிறிது நேரம் தரையில் படபடத்துத் துடித்தது. வீரணனும் கண்ணனும் அதன் உடலிலிருந்து ரத்தத்தை எடுத்து நெற்றியில் திலகமிட்டுக் கொள்ள, அவர்களுக்குப் பின் ஒவ்வொருவராக சாமி முன் விழுந்து கும்பிட்டனர்.

படையல் வைக்கப்பட்ட பெரிய வாழை இலையின் முன்னால் முகத்தில் வேட்டைச்சாமிக்கான அலங்காரத்தோடு அமர்ந்த தனிக்கொடி இலையிலிருக்கும் அத்தனை உணவுகளையும் அள்ளித் தின்றார். சாமிக்கு வைத்த படையல் தீரும்வரை காத்திருக்க வேண்டுமென்பது வழக்கமென்பதால் ஜமீனும் அவரது குடும்பத்தினரும் பொறுமையாக நின்றிருந்தார்கள். இலையில் கடைசியாய் இருந்த இறைச்சித் துண்டத்தை மென்று முழுங்கிய தனிக்கொடி, வேட்டைச்சாமியாய் எழுந்து நின்று சாமியாடினார். அவரது மகள் செல்வி தனிக்கொடியின் உக்கிரத்திற்கு ஏற்றாற்போல் மணியை அடித்துக்கொண்டே இருக்க, சில நிமிடங்கள் உடலதிர ஆடிமுடித்த தனிக்கொடி சரிந்து பூடத்தின் முன்னால் அமர்ந்தார். அவரது உடலில் நடுக்கம் நின்றிருக்கவில்லை, அங்கிருந்தவர்கள் ஒவ்வொருவராய் வந்து அவரிடம் திருநீறு வாங்கிக்கொண்டபின் செல்வி மெதுவாகப் பிடித்துத் தூக்கிவிட்டாள்.

வேட்டைக்குத் தேவையான பொருட்கள் யாவும் ஜீப்பின் பின்புறம் அடுக்கி வைக்கப்பட, வீரணன் முன் சீட்டில் ஏறி அமர்ந்துகொண்டார். கண்ணன் ஓட்டுநருக்கான இருக்கையில் ஏறி அமர்ந்ததும் முத்தையாவும் சக்கையனும் ஜீப்பிற்குப் பின்னால் ஏறிக்கொள்ள, தனிக்கொடி மட்டும் சற்றுப் பின்வாங்கி நின்று தனது மகள் செல்வியை அழைத்தார். 'வேலையெல்லாம் முடிஞ்சிருச்சுன்னா நீ வீட்டுக்குப் போயிரும்மா... நான் வாரதுக்கு ரெண்டு மூணு நாள் ஆயிரும்...' என்ற தனிக்கொடியை அவரது மகள் கேள்விகளோடு பார்த்தபடியே 'எப்பா... எல்லாம் நாம நெனச்ச மாதிரியே சரியா அமஞ்சிரும்ல...' என ஒருவித தயக்கத்துடன் கேட்டாள். 'அமஞ்சிரும்மா... அமஞ்சாதான் நாம கும்பிடறது சாமி... இல்லன்னா அது வெறும் கல்லு. நீ கண்டதையும் யோசிக்காம போ... மத்தவக கிட்டயும் வேட்டைக்குப் போற சமாச்சாரத்த சொல்லிரு...' எனச் சொல்லிக் கொண்டிருக்கையிலேயே அவர்கள் இருவரும் ரகசியம் பேசுவதைக் கவனித்த கண்ணன்,

'என்ன கொடி எம்புட்டு நேரம் ரகசியம் பேசுவ... உன் மகள யாரும் தூக்கிட்டுப் போயிர மாட்டாக... வெரசா வா...' என கேலியாகக் கூப்பிட, தனிக்கொடி அமைதியாக ஜீப்பை நோக்கி வந்தார். வீரணன் தன் மனைவியைப் பார்த்துவிட்டு ஒருமுறை கோவில் பூடத்தைப் பார்த்து மனதில் வேண்டிக்கொள்ள ஜீப் மெதுவாக அங்கிருந்து கிளம்பியது.

★★★

குடிசை வீடுகள் நிரம்பிய சிறிய வீதியில் மூர்க்கமாய்த் திரும்பிய ஜீப் டயரிலிருந்து சாக்கடை நீர் பட்டுத் தெறித்தது. வீதிகளில் எதிர்ப்படும் ஆட்கள் பயத்தோடு ஜீப்பிற்குள் இருக்கும் வீரணனுக்கு வணக்கம் வைத்தனர். ஜீப்பின் உறுமல் சத்தம் கேட்டு, தெருவில் குரைக்கும் நாய்களை அதட்டும் விதமாக கண்ணனும் காற்றொலிப்பானை அழுத்திச் சத்தம் எழுப்பினான். ஒரு குடிசைக்குள் தொட்டிலில் தூங்கிக்கொண்டிருந்த குழந்தை வீறிட்டு அழ, அதன் அம்மா அவசரமாகக் குழந்தையைத் தூக்கி அமைதிப்படுத்த முயன்றாள். எல்லாவற்றையும் கவனித்தும் கவனிக்காமல் அமர்ந்திருந்த வீரணனின் வாயில் கண்டமனூர் சுருட்டு புகைந்துகொண்டிருந்தது.

மேடு பள்ளமான வீதிக்குள் வண்டி ஓட்ட எரிச்சல்பட்ட கண்ணன், 'எப்பா, காட்டுக்குப் போறதுன்னா அப்பிடியே போயிருக்கலாம், எதுக்கு ஊருக்குள்ள வரச் சொன்னிய?' எனக் கேட்க, வீரணன் எதுவும் பேசாமல் திரும்பிப் பார்த்துச் சிரித்தார். சுருட்டுப் புகைக்குப் பின்னாலிருந்த அவரது சிரிப்பின் அர்த்தத்தைப் புரிந்துகொள்ள முடியாத கண்ணன் மீண்டும் சாலையை நோக்கிப் பார்வையைத் திருப்ப ஒரு முதியவர் குனிந்து நின்று ஜமீனுக்கும் அவர் வண்டிக்கும் கும்பிடு போட்டார்.

'இதுக்குத்தாண்டா... இந்தக் கும்பிடுக்குத்தான். இன்னும் ரெண்டு மூணு நாளைக்கி இந்தத் தாயோலிக கும்புடு போட்றத பாக்க முடியாதுல்ல... அதான் போறதுக்கு முன்னாடி பாத்துக்கிடலாம்னு நெனச்சேன்...' என்று சொல்ல கண்ணன் சாலையையும் அவரையும் ஒருமுறை பார்த்துவிட்டு மந்தையை நோக்கி வண்டியைச் செலுத்தினான்.

ஒரு பெட்டிக் கடையின் முன்னால் ஜீப் வேகம் குறைந்து நிற்க, கடைக்குள்ளிருந்த ஆள் எட்டிப் பார்த்தான். ஜமீனின் ஜீப்பைக் கவனித்த கடைக்காரன் அவசரமாக கடைக்குப் பின்னால் ஓடிச் சென்று ஒரு பையை எடுத்து வந்தான். ஜீப்பை நெருங்கி வீரணனைக் கும்பிட்டவன், 'காலைலதான் எர்ணாகுளத்துல இருந்து வந்துச்சுங்க... சீமச்சாராயம்' என்று சொல்ல வீரணன் பைக்குள்ளிருக்கும் பாட்டில்களைப் பார்த்துவிட்டு பின்னால் கொடுக்கச் சொன்னார். கடைக்காரன் பின்னாலிருக்கும் முத்தையாவிடம் கொடுத்துவிட்டு இன்னொரு பையை நீட்டி.

'கள்ளு இருக்கு.. உங்க மூணுபேருக்கும்..' என்று தன் காரை விழுந்த பற்களைக் காட்டிச் சிரித்தான். கடைக்காரனின் திடீர் பரபரப்பைக் கவனித்த அவனது மனைவி வெளியே எட்டிப் பார்க்க, கண்ணனின் கண்கள் அவளது கொழுத்த உடலை மேய்ந்தது. அந்தக் கண்களிலிருந்த வெறியைக் கவனித்ததும் அந்தப் பெண்ணுக்கு உடலில் பதற்றம் தொற்றிக் கொள்ள, கண்ணன் அவளது பதற்றத்தை ரசித்தவனாய், தன் முன்னால் இன்னும் குனிந்து நின்றிருக்கும் கடைக்காரனிடம்,

'என்னடா கடைல சாமான் செட்டுலாம் புதுசா எறங்கியிருக்கு... உன் பொண்டாட்டி வேற முன்னவிட வெடிப்பா இருக்கா... எவங்கிட்டயும் அனுப்பி காசு பாக்கறியா...?' எனக் கேட்டான். கடைக்காரன் தலையைச் சொறிந்தபடி 'அப்பிடிலாம் இல்ல சின்ன மொதலாளி... அவ இப்ப முழுகாம இருக்கா...' என்று சிரித்தான்.

கண்ணனின் கண்களில் இருந்த நஞ்சு அவனது சொற்களிலும் வெளிப்பட்டது. 'அடி சக்க.... எப்பிடிரா நடந்துச்சு... வேற எவனும் வந்து வெதச்சுட்டானா...?' என்று சத்தமாகக் கேட்க, அதனைக் கேட்ட கடைக்காரனின் மனைவி கூனிக்குறுகியவளாக அவசரமாக உள்ளே சென்றுவிட்டாள். ஓடிச்செல்லும் மான்களை விரட்டும் குணம் கண்ணனுக்கு இருப்பதை நன்கறிந்த வீரணன் அவசரமாகப் பணத்தை எடுத்து கடைக்காரனிடம் கொடுத்துவிட்டு வண்டியை நகர்த்தச் சொல்லி சைகை செய்தார். கடைக்குள் ஓடி மறைந்தவளை ஆவலோடு கடைசியாக ஒருமுறை தேடித் துழாவிய கண்ணன் ஸ்டிரியரிங்கை வளைத்து வண்டியை வேறு திசையில் திருப்பினான்.

★★★

ஊர் மந்தையில் சிறுவர்கள் விளையாடிக்கொண்டிருந்தனர். பெருசுகள் சிலர் ஆங்காங்கே கூடி கதை பேசிக் கொண்டிருக்க, பெரும் சத்தத்தோடு ஜமீனின் ஜீப் அங்கு வந்து நின்றது. ஜீப்பைக் கண்ட பெருசுகள்அவசரமாக எழுந்து நிற்க வீரணன் கையசைத்து அவர்களை வரச்சொன்னார். எல்லோரும் பணிவாய்க் கும்பிட கூட்டத்திலிருந்து முன்னால் வந்த ஒரு ஆளிடம், 'ராசகிருட்ணா ஒரு ரெண்டு நாளைக்குத் தோட்டத்துல வேலையாளுகள பாத்துக்க... தெக்க மலைய ஒட்டி இருக்க தோப்புல நாளைக்கி தேங்கா எறக்கணும்... யாவாரி வந்துருவான்... அதனால இன்னிக்கே ஆளுகளுக்குச் சொல்லிரு...' என அடுத்தடுத்து கட்டளைகள் பிறப்பித்தார்.

அமைதியாக உத்தரவுகளைக் கேட்டுக்கொண்ட ராசகிருட்ணன் ஜீப்பினுள் பார்வையை ஓடவிட்டு, 'ஐயா தூரமா கிளம்பிட்டியளா...?' எனக் கேட்க 'இல்லடா... மலை ஏறப் போறோம்... வேட்டைக்கி...' என வீரணன் சிரித்தார். நல்லதுங்கய்யா என அவர்கள் வணக்கம் வைத்து வழிவிட, வண்டி இப்பொழுது புழுதி கிளப்பி விரைந்தது. அவ்வளவு நேரமும் பயத்தில் குனிந்திருந்த ஆட்கள் மெல்ல நிமிர்ந்து நிற்க அவர்களின் முகங்களில் வெவ்வேறான உணர்ச்சி ரேகைகள் ஓடத் துவங்கின.

★★★

ஊரிலிருந்து விலகி மலைக்குச் செல்லும் பாதையில் விரைந்த ஜீப்பிலிருந்தபடியே தூரத்து மேட்டில் தனியாகத் தெரிந்த வீட்டை வீரணன் கவனிக்க கண்ணன் அவரைப் பார்ப்பதைத் தவிர்த்தான். மேட்டுப்பகுதியை நோக்கி ஜீப் நெருங்கிச் சென்றபோது, 'ஒரு நிமிசம் வண்டிய நிப்பாட்டு...' என்று வீரணன் சொன்னார். கண்ணன் ப்ரேக் அடித்து வண்டியை நிறுத்த, வீரணன் வாயிலிருந்த சுருட்டைத் தூர எறிந்துவிட்டு ஜீப்பிலிருந்து இறங்கி நடந்தார்.

ஆள் வரும் சத்தம் கேட்டு வீட்டிற்குள்ளிருந்து முப்பது வயது மதிக்கத்தக்க ஒரு பெண் எட்டிப் பார்த்தாள். கட்டுடம்பு, கருத்த தேகம், அகன்ற கண்கள், முதுகிலிருந்து செழிப்பாய் அடர்ந்து திரண்டிருக்கும் முலைகள். பார்த்ததுமே வசீகரிக்கும் முகம். வீரணனைக் கண்டதும் அவள் வரவேற்றுச் சிரிப்பதை ஜீப்பில் இருந்த அனைவரும் பார்த்தனர். கண்ணன் ஒருமுறை ஆழமாக அவளைப் பார்த்துவிட்டு பார்வையை விலக்க, அவள் ஒரே நேரத்தில் கண்ணனையும் ஜீப்பிற்குப் பின்னாலிருந்து தன்னை எட்டிப் பார்த்து முறைக்கும் சக்கையனையும் கண்டு பார்வையைத் தாழ்த்தினாள். அவளைக் கடந்து சென்ற வீரணன் 'வள்ளி தண்ணி எடுத்துக் குடு...' எனச் சத்தம் கொடுக்க அவள் அவசரமாக அவரைத் தொடர்ந்து சென்றாள்.

அந்தச் சிறிய ஓட்டுவீட்டின் வாசலில் கோழிகள் இரையைக் கொத்திக் கொண்டிருக்க, வீட்டிற்குள் சில சாமான்கள் மட்டும் அங்குமிங்குமாய் விரவிக் கிடந்தன. கொடியில் தொங்கிக் கொண்டிருந்த துணிகளிலிருந்து எழுந்த ஈரவாடை வீட்டை நிரப்பியிருந்தது. கல்யாணி ஸ்டுடியோ கொடைக்கானல் 1967 என குறிப்பிடப்பட்ட கறுப்பு வெள்ளைப் புகைப்படத்தில் அவளும் அவளது கணவன் பழனியும் பற்கள் தெரிய சிரித்தபடி நின்றனர். ஓடுகளுக்கு நடுவே ஒரேயொரு கண்ணாடியின் வழியாக வீட்டிற்குள் சூரிய வெளிச்சம் கீறிவிட்டதைப் போல் விழுந்தது. பாதி இடத்தை ஆக்கிரமித்துப் போடப்பட்டிருந்த கயிற்றுக்கட்டிலில் வீரணன் அமர, வள்ளி பானையிலிருந்து நீர் எடுத்துக் கொடுத்தாள். தண்ணீர்ச் செம்புடன் நெருங்கியவளை இழுத்து அணைத்துத் தடவியவரை அவசரமாக விலக்கி,

'....ந்தா உங்களுக்கு எதுக்கும் நேரங்காலம் இல்லயா... விடுங்க...

வேட்டைக்கிப் போற நேரத்துல சுத்தமா இருங்க...' என்றபடியே அவரது பிடியிலிருந்து விலக முயன்று தோற்றுப் போனாள்.

'இதுவும் வேட்டதானடி...'

என வீரணன் சிரித்தபடியே தண்ணீரைக் குடித்தார்... செம்பை அவரிடம் வாங்கிவிட்டு சேலைத் தலைப்பால் அவரது முகத்தைத் துடைத்துவிட்ட வள்ளி,

'காட்டுக்குள்ள போறப்போ பொம்பள வாட படாமப் போகணும்... பொம்பள வாட பட்டா வனமோகினி விடமாட்டா...' என அவள் சொல்ல, வீரணன் சிரித்தபடியே, 'உன்னய விடவா பெரிய மோகினி காட்டுல இருந்துடப் போகுது... பேசாம வாடி...' என்றவர் முன்னிலும் வேகமாக அவளது கழுத்தைக் கவ்வி முத்தமிட்டார். கழுத்திலிருந்து ஆவேசமாக இறங்கி உதடுகளையும் மார்புப் பிளவுகளையும் முத்தமிட்டு இன்னும் கீழிறங்க அவள் சிரமத்தோடு அவரை விட்டு விலகிநின்றாள். 'எதுக்கு இப்பிடிப் பாயுற... இப்பத்தான் புதுசா பொம்பளைய பாக்கற மாதிரி... செத்தவடம் சும்மா இரு...' முகத்தை இறுக்கமாக வைத்தபடியே திரும்பி நடந்தவள் சாமி படத்திற்கு முன்னாலிருந்த ஒரு கயிற்றை எடுத்து வந்து அவரது கையில் கட்டினாள். அமைதியாக அவளைப் பார்த்துக் கொண்டிருந்தவரிடம், 'நாளைக்கி பௌர்ணமி.... சோசியக்காரன் சொன்னது யாவகம் இருக்கட்டும்... இத விட்டா உங்களுக்கு வேற சந்தர்ப்பம் அமையாது...' என்று தீர்க்கமான குரலில் சொல்ல, ஜமீனின் முகத்திலிருந்த காமம் மறைந்து அவள் சொன்னதை ஆமோதித்து எழுகிறார்... 'சூதானமா போயிட்டு வாங்க...' என்றவளைத் திரும்பிப் பார்க்காமல் வீரணன் வேகமாக வாசலைக் கடந்து ஜீப்பை நோக்கி வந்தார். வேறு பக்கமாகப் பார்த்துக்கொண்டிருந்த கண்ணன் 'ம்... போலாம்...' என்ற வீரணனின் குரல் கேட்டு ஜீப்பை கிளப்பியபோது அவரது கை மணிக்கட்டில் கட்டியிருந்த கயிற்றைக் கவனிக்கத் தவறவில்லை. ஒரு புலியின் உறுமலோடு ஜீப் உயிர்பெற்றுக் கிளம்பியது.

காட்டை நோக்கிச் செல்லும் வளைவில் வண்டி திரும்ப, வீரணன் அவசரமாக 'இந்தப் பக்கமில்ல, தெக்க இருக்க மலப் பக்கமா போ...' என்றார். அதிர்ந்து ப்ரேக் அடித்து நிறுத்திய கண்ணன்,

'எப்பா உனக்கு என்ன கிறுக்கு புடிச்சிருக்கா? அந்தக் காட்டுக்குள்ள

வேட்டைக்குப் போகக் கூடாது- அது மோகினி இருக்க எடம்னு நீதான் சொன்ன... இப்ப நீயே அங்க போகச் சொல்ற...'

'காடு மல மிருகம் எல்லாம் மனுஷனுக்குண்டானது கண்ணா... அவந்தான் திங்கணும் அழிக்கணும்... மோகினிக்குப் பங்கு குடுக்கக் கூடாது.... பேய் பூதம்னு என்ன வந்தாலும் பாத்துக்கலாம்... நீ வண்டியத் திருப்பு...' என வீரணன் வேட்டைக்காரனுக்கான உறுதியோடு சொல்ல,பின்னாலிருந்து தனிக்கொடி பணிவான குரலில், 'மொதலாளி எதுக்கு மொரண்டு போட்றீக.... தம்பி சொல்ற மாதிரி செய்யலாம்ல...' என்று சொன்னார். திரும்பி தனிக்கொடியைப் பார்த்த வீரணன், 'கொடி நீயும் உன் அப்பன் தாத்தனும் பாக்காத காடா... நீ தொணையா இருக்கப்போ எனக்கு என்ன கவல?...' என்று கேட்க, தனிக்கொடி அமைதியாகப் புன்னகைத்தார்.

வீரணன், சக்கையாவிடம், 'ஓங்க பளிய குடியில இருந்து ஒருத்தன வரச் சொல்லி இருந்தனே சொல்லிட்டியா..?' என்று கேட்க, 'சொல்லிட்டேன் முதலாளி... அவென் இந்நேரத்துக்கு பளிச்சி அம்மன் கோயில்ல நம்மளுக்காகக் காத்துக்கிட்டு இருப்பான்.' என்றான். மறுத்துப் பேசுவதற்கான வாய்ப்புகளில்லை என்பதைப் புரிந்துகொண்ட கண்ணன், ஜீப்பைத் திருப்ப கரடுமுரடான பாதையில் ஜீப் நிதானமாகச் சென்றது.

வெயில் நன்றாக மேலேறிக் கொண்டிருந்த முற்பகல் வேளையில் வண்டி ஓடையை ஒட்டி நிற்க, சற்றுத் தொலைவில் கூரை வேயப்பட்ட சிறிய குடில் இருந்தது. மான் கொம்புகளும் மிருகத்தின் தோல்களும் அதன் நுழைவாயிலில் மாட்டப்பட்டிருந்தன. குடிலின் இருபுறமும் கொட்டு மத்தளங்கள் வைக்கப்பட்டிருந்தன. பளியர் மக்களின் குடி கோவில் அது. பல்லாண்டுகாலமாய் பளிச்சியம்மனின் இருப்பிடம். இந்தக் காடும் மலையும் அவளுக்கானது. பளியர்கள் அவளது பிள்ளைகளென்பதால் இரண்டாயிரம் ஆண்டுகளுக்கும் மேலாக இந்தக் காட்டை அதன் ஜீவன் அழியாமல் பாதுகாத்து வந்தார்கள்.

சமவெளி மனிதர்கள் காட்டை நோக்கி வந்த முன்னூறு வருடங்களில் பளியர்கள் வலுக்கட்டாயமாக இடம்பெயர நேர்ந்ததாலும் பளிச்சியம்மன் இன்னும் அதே இடத்தில்தான் இருக்கிறாள். கோவில் வாசலில் சட்டையில்லாமல் அழுக்கேறிய

வேட்டி அணிந்த பளியன் ஒருவன் சுற்றுமுற்றும் வேடிக்கை பார்த்தபடி குத்தவைத்து அமர்ந்திருந்தான். மெலிந்து குள்ளமான அந்த ஆள், ஜீப் வந்து நின்ற அடுத்த நொடியில் விரைந்துவந்து ஜமீனுக்கு முன் குனிந்து வணங்கினான். தனிக்கொடி அவனை அழைத்து முத்தையாவுக்கும் சக்கையனுக்கும் உதவியாக இருக்கச் சொல்ல, பளியன் ஜீப்பிலிருந்து வேட்டைக்குத் தேவையான பொருட்களை இறக்க உதவினான். துப்பாக்கிகளை மட்டும் வீரணனும் அவரது மகனும் ஆளுக்கொன்றாக எடுத்துக் கொள்ள தோட்டாக்கள் கத்திகள் உணவுப் பொட்டலங்கள் ஜமுக்காளம் என முக்கியமான பொருட்களை மற்றவர்கள் தோள்களிலும் தலையிலும் தூக்கிக்கொண்டு ஓடையில் இறங்கினார்கள்.

பெருத்த காற்றுக்கு முறிந்த சிறு கிளையொன்று மத்தளத்தின் மேல் விழ, அது ஆவேசமாய் போர்ப்பரணி முழங்குவது போல் ஒலித்தது. ஓடையில் இறங்கிய வீரணனும் அவரது ஆட்களும் ஒருமுறை திரும்பிப் பார்க்க பளிச்சியம்மன் அவர்களை சலனமின்றிப் பார்த்துக்கொண்டிருந்தாள்.

★★★

பளியன் எல்லோருக்கும் முன்னே நடந்தான். அவனைத் தொடர்ந்து சக்கையன் உள்ளிட்ட வேலைக்காரர்களும் இறுதியாக வீரணனும் கண்ணனும் மலையேறினர். உயர்ந்து வளர்ந்த மரங்கள் பிசாசுகளின் பிம்பங்களாக அசைந்துகொண்டிருக்க மலைக் குரங்குகள் பெருங்குரலில் அலறியபடி மரத்திற்கு மரம் தாவிக்கொண்டிருந்தன. குரங்குகளின் சத்தம் ஓயாது அமைதியைக் குலைக்க எரிச்சலுற்றுத் துப்பாக்கியை எடுத்து, ஒரு மரத்தைக் குறி பார்த்த கண்ணனை ஜமீன் அவசரமாகத் தடுத்தார்.

“சும்மா பொசுக்கு பொசுக்குன்னு துப்பாக்கிய நீட்டாத கண்ணா. இந்தக் குரங்கச் சுட்றதுக்கா இம்புட்டு தூரம் காட்டுக்குள்ள வந்திருக்கோம்....ஒரு கொரங்கு செத்து விழுந்துச்சுன்னா மொத்த கொரங்குக் கூட்டமும் கீழ எறங்கிரும்... அது கத்தற கத்துல சுத்தி நாலு மலை வட்டாரத்துல இருக்க எல்லா சீவராசியும் உசாராகிரும்டா, நாம வந்த வேல நாசமா போகும்... கிறுக்குப் பயலே.... வேட்டைக்காரனுக்குப் பொறும முக்கியம்டா... பேசாம நட....” என்று சொல்ல கண்ணன் எரிச்சலோடு வீரணனைப் பார்த்தான். துப்பாக்கியை மீண்டும் தோளில் போட்டுக்கொண்டு நடக்கத் துவங்கியபோது அவனது உயரத்திற்குச் சமமென இருந்த துப்பாக்கி முகமில்லாத இன்னொரு உயிராய் அவனோடு அசைந்தது.

மலைக்காற்றிலிருந்த குளிருக்கு தனிக்கொடியும் முத்தையாவும் களைத்து தளர்ச்சியடைந்ததைக் கவனித்த பளியன் இடுப்பிலிருந்து சில இலைகளை எடுத்து அவர்களிடம் நீட்ட அவர்கள் இருவரும் அந்த இலைகளை மென்று விழுங்கினார்கள். கடுங்கசப்பு நாவிலிறங்கி உடல் முழுவதுமிருந்த நரம்புகளுக்கு உயிர்கொடுக்க சில நொடிகளில் உடல் லேசாகி அவர்களுக்கு உற்சாகம் பிறந்தது. சுவாசம் சீராகி அவர்களின் நடையில் பழைய வேகம் திரும்பியது. அடுத்ததாக வந்த பாறையை நோக்கி நடந்தவர்கள் வீரணனுக்கு வழிவிட, முன்னால் சென்றவர் பாறையின் விளிம்பில் நின்று கண்ணுக்கெட்டிய தூரம்வரை விரிந்திருக்கும் மேற்குமலையை உற்று நோக்கினார். காட்டுப் பூச்சிகளின் ரீங்காரமும் காற்றின் பேரோலமும் எழுந்து அவ்வெளி முழுக்க நிரம்ப, தூரத்தில் சென்ற ஒரு பறவை சடாரெனத் திரும்பி இவர்கள் இருக்கும் திசை நோக்கி வந்தது. தலைக்குமேல் வெகு உயரத்தில் அவர்களைக்

கடந்து சென்ற பறவையைக் கண்ணன் ஆர்வத்தோடு உற்று நோக்கினான். வடக்கிலிருந்து தெற்காக இரண்டுமுறை பறந்த பறவை இறுதியாக வேறுதிசையில் திரும்பிச் செல்ல, வீரணன் காட்டின் எந்தத் திசைநோக்கிப் பயணிக்கவேண்டுமென முடிவு எடுத்தவராய் பாறையிலிருந்து திரும்பி இறங்கினார். அவரைத் தொடர்ந்து இறங்கிய கண்ணன் மேட்டிலிருந்து சற்றுதூரத்தில் பள்ளத்தாக்கை நோக்கிச் செல்லும் பாதையில் ஒரு மானைப் பார்த்தான். உடலெங்கும் புள்ளிகளோடு செழிப்பாக இருந்த மானின் அசைவை நிதானமாகக் கவனித்தான்.

மான் மேய்ந்துகொண்டிருந்த திசையில் மெதுவாக இறங்கத் துவங்கிய கண்ணனைத் தொடர்ந்து தனிக்கொடியும் சக்கையனும் தோட்டாக்களோடு இறங்க, வீரணன் கையசைத்து அவர்களைத் தடுத்தார். நரியைப் போல் பதுங்கிச் சென்ற கண்ணனின் காப்பிநிற விழிகள் கூர்மையடைந்தன. கால்கள் இறுகி நிலையாக நிலத்தில் ஊன்ற, மானை நோக்கிக் குறிபார்த்தான். அதேநேரம் மேட்டில் ஐம்பதடி தூரத்தில் அவனுக்குப் பின்னால் நின்றிருந்த வீரணனும் மானுக்குக் குறிவைத்துக் காத்திருக்கத் துவங்கினார். கண்ணன் தனது துப்பாக்கியின் விசையை அழுத்த, ஒரு நொடியில் குறிதப்பி மான் குதித்து ஓடத் துவங்கியது. சில அடிகள் ஓடுவதற்குள்ளாகவே வீரணனின் துப்பாக்கி அந்த மானைச் சுட்டு வீழ்த்தியது.

துள்ளியோடிய மான் அலறியபடியே பெருஞ் சத்தத்தோடு சடாரெனச் சுருண்டு விழ, தோற்றுப்போன ஆத்திரத்தில் கண்ணன் திரும்பி தன் தகப்பனைப் பார்த்தான். அவர் தனது யானைத் துப்பாக்கியைத் தோளில் சாய்த்துக்கொண்டு கேலியாக அவனைப் பார்த்துச் சிரித்தார். தனிக்கொடியும் சக்கையனும் வேகமாகக் கீழே விழுந்துகிடக்கும் மானை நோக்கி ஓட, கண்னன் சோர்வோடு மேட்டிற்கு வந்தான். வலியில் துடித்துக்கொண்டிருந்த மானின் கழுத்தில் சக்கையன் தனது கத்தியால் நிதானமாக இறக்க, அது சலனமின்றி மரணித்துப்போனது. மானின் உடலிலிருந்த துடிப்படங்கியபின் இருவருமாகச் சேர்ந்து அதனைப் பாறைக்குக் கொண்டு வந்தார்கள்.

பாறைக்குத் திரும்பிய கண்ணன் குறி தப்பிய தனது துப்பாக்கியை ஆத்திரத்தில் தூக்கி எறிய பளியன் அவசரமாக ஓடிப்போய் அதனை எடுத்து வந்தான். அந்த நாளின் முதல் வேட்டையை

வெற்றிகரமாக நிகழ்த்திய களிப்பில் வீரணன் ஒரு சுருட்டை எடுத்து அதன் புகையிலை மணத்தை ஆழமாக உள்ளிழுத்துக் கொண்டார். முனையைக் கிள்ளி எறிந்துவிட்டுப் பற்றவைத்துக் கொண்டவர், 'வேட்டக்காரனுக்குப் பொறும முக்கியம்னு ஏன் சொன்னேன்னு இப்ப புரியுதா? உன் குறி அதோட கால்லயோ வயித்துலயோ இருந்திருக்கக் கூடாது. கழுத்துல இருந்திருக்கணும்... ரெண்டு இஞ்ச் நகத்திக் குறிவெச்ச அதான் தப்பிச்சிடுச்சு...' என கண்ணனுக்கு அறிவுரை சொல்ல, அவன் பதிலின்றி அவரைப் பார்த்தான்.

'துப்பாக்கிய வாங்கு, வேட்ட இப்பதான ஆரம்பிச்சிருக்கு... அதுக்குள்ள என்ன சலிப்பு...' பளியன் நீட்டிய துப்பாக்கியைக் கண்ணன் வாங்கிக் கொள்ள, சக்கையனும் முத்தையாவுமாகச் சேர்ந்து மானின் கால்களைக் கட்டி அதனைக் கட்டையோடு கட்டினார்கள். இரண்டு பேராகச் சேர்ந்து அதனைத் தூக்கிக்கொள்ள, இப்பொழுது கண்ணன் எல்லோருக்கும் முன்பாக நடந்தான். சில நிமிட நடைக்குப்பின் புதிதாகப் பிரிந்த ஒரு காட்டுப்பாதையைக் கண்டு தனிக்கொடி தயங்கி நிற்க,

'என்னாச்சு கொடி?' என வீரணன் கேட்டார்.

தனிக்கொடி பதற்றத்தோடு பாதையைக் காட்ட, யானையின் லத்தி வரிசையாகக் கிடந்தது. ஜமீன் அதைக் கவனித்துச் சற்று நெருங்கிச் சென்று பார்த்தார். 'யானைய நாம எதும் செய்யாம விட்டம்னா அதும் நம்மள எதும் செய்யாது.... ஒத்த யானையாத் தெரியல... விட்றுவோம்...' எனச் சொல்லிவிட்டு முன்னோக்கி நடக்க, மற்றவர்கள் அவரைப் பின்தொடர்ந்தார்கள்.

★★★

இருபுறமும் யானைப்புல் அடர்ந்த பாதையைக் கடந்து காட்டின் புதிய பகுதிக்கு வந்தபோது, இன்னொரு குன்றின் உச்சியை நோக்கி அந்தப் பாதை சென்றது. குன்றின் ஒரு புறத்தில் ஊற்று இருப்பதால் மிருகங்கள் நீர் அருந்த வருவது வழக்கம். மரங்கள் அதிகமில்லாத அந்த இடத்தில் தனக்கான அடுத்த வேட்டையைத் தேடிப் பார்வையைத் திருப்பிய வீரணனின் காலில் உலர்ந்த பன்றி விட்டை மிதிபட, வீரணன் குனிந்து பார்த்தார். பொருட்களைச் சுமந்து நின்ற பளியனிடம் 'இதக் கையில எட்றா...' என உத்தரவிட அவன் தோளிலிருந்த சுமையை இறக்கி வைத்துவிட்டு பன்றியின் விட்டையைக் கையில் எடுத்துக் காட்டினான். விட்டையின் தன்மையைக் கண்ட ஜமீனின் முகம் மாறத் துவங்கியது.

'எலேய் உங்க தென வயலு இங்க இருந்து எவ்ளொ தூரம்... அறுவட நேரந்தான இது?' எனக் கேட்க, பளியன் தயங்கி நின்றான். சக்கையன் அவசரமாக முன்னால் வந்து 'ஐயா பன்னிய மட்டும் சுடவேணாம்... உங்களுக்கு அது மிருகம், எங்களுக்கு தெய்வம். விட்றுங்கய்யா...' எனக் கெஞ்சலாய்க் கூறினான். ஆத்திரம் பொங்கிய கண்களோடு வீரணன் தனது இடதுகாலைத் தூக்கிக் காட்டி 'தொட எலும்பு முறிஞ்சு மூணுமாசம் படுத்த படுக்கையா கெடந்தேன். புலி யானையவெல்லாம் வேட்டையாடிட்டு ஒரு பன்னிய வேட்டையாட முடியாம போனேன்னு எத்தனபேரு பொச்சுக்குப் பின்னாடி சிரிச்சிருப்பாய்ங்க... இப்ப பன்னிய சுட வேணாங்கற...' என உறுமியபோது அவரோடு வந்தவர்கள் சங்கடத்தோடு தலைகுனிந்தார்கள். சக்கையனை நெருங்கிய வீரணன், 'காட்டுல இருக்க உங்களுக்கு எல்லாமே தெய்வந்தான்... அப்பிடி பாத்தா நாங்க எதையும் சுட முடியாது.... வயலு எந்தப் பக்கம்னு சொல்லு...' என்று கேட்க, சக்கையன் தயக்கத்தோடு மேல்நோக்கிக் கைகாட்டினான்.

'இதுல இருந்து மேல ஏறுனா ஒரு மைல் தூரத்துல எங்க வயல் ஆரம்பிச்சிருங்கய்யா...'

அவன் கைகாட்டின பக்கமாகப் பார்த்த வீரணன் காட்டையும் வானத்தையும் மாறி மாறி கவனமாகப் பார்த்தார். காட்டை உற்று நோக்கத் துவங்கும் போது வேட்டைக்காரனுக்கு உடலெங்கும் கண்கள் முளைத்துவிடுகின்றன.

சக்கையன் கைகாட்டிய திசையில் வீரணன் வேகமாக நடக்க, வேட்டையாடப்பட்ட மானோடும் துப்பாக்கிகளோடும் பொதிகளோடும் அவரது ஆட்களும் தொடர்ந்தார்கள். மலையிலிருந்து இறங்கிய காற்று மேற்குத் திசை நோக்கி வீசுவதைக் கணித்துவிட்ட சக்கையன்,

‘மொதலாளி மேல் காத்து தொடங்கிருச்சு... பொழுசாயத்துக்கு மழ இருந்தாலும் இருக்கும்... அதுக்கு முன்ன நாம பரணுக்குப் போயிரணும்...’ என அவசரப்படுத்தினான். வீரணன் செடிகளில் இருக்கும் ஈரப்பதத்தைத் தொட்டுப் பார்த்துவிட்டு, கையில் கட்டியிருந்த மணிக்கூட்டில் மணியைக் கவனித்தார். அந்த நாளின் முதல் சிறு தூறல் அதில் விழ... நேரம் நண்பகலை நெருங்கியிருந்தது.

“பொழுது சாய இன்னும் நேரம் இருக்கு... பன்னியோட நடமாட்டம் எங்க இருக்குன்னு பாத்துட்டம்னா இன்னிக்கி ராத்திரிக்குள்ள அத சுட்டுரலாம்... நடங்க...”

வீரணன் நடையின் வேகத்தைக் கூட்ட, மற்றவர்களும் வேகவேகமாய் நடக்கத் துவங்கினார்கள்.

நீண்ட சரிவுகள் முடிந்து சற்றே சமவெளியான பகுதியை அடைந்ததும், தூரத்தில் தினை வயலைப் பார்க்க முடிந்தது. வயல்களும் காடுமாய் அடுத்தடுத்து இருந்த பகுதியில் பறவைகளின் இருப்பு அதிகமிருப்பதைக் கண்டனர். கண்ணனும் வீரணனும் ஒரு பக்கமாக நிற்க, மற்றவர்கள் முதுகுச் சுமையை இறக்கி வைத்துவிட்டு இளைப்பாறினர். வீரணன் பளியனை அருகில் அழைத்து, ‘இப்பிடியே ஒரு சுத்து நட... எங்கியாச்சும் பன்னி விட்ட போட்ருக்கான்னு பாத்துட்டு வா...’ என உத்தரவிட ‘சரி மொதலாளி...’ என வேண்டா வெறுப்பாகச் சொல்லிவிட்டு ஓடினான்.

இறக்கி வைத்த சுமைகளில் இருந்து தனிக்கொடி ஒரு கேனை எடுத்து கண்ணனிடம் கொடுக்க, அவன் கொஞ்சம் நீர் அருந்திவிட்டுத் தனது தந்தையிடம் நீட்டினான். அவரும் நீர் அருந்தியபின் அவரிடமிருந்து கேனை வாங்கிய தனிக்கொடி,

‘ஐயா இப்பயே கஞ்சி குடிச்சிரலாமா? இல்ல இன்னும் செத்த நேரம் போகட்டுமா?’ என பணிவாய்க் கேட்டார்.

'ரொட்டி இருந்தா குடுய்யா மொதல்ல...' பன்றியை வேட்டையாடும் வரை வீரணன் பசியைப் பற்றிச் சிந்திக்கப்போவதில்லை என்கிற உறுதியோடிருந்தார். தனிக்கொடி மூட்டைகளைப் பிரித்து பிஸ்கெட் பாக்கெட்டை வீரணனிடம் கொடுக்க, அவரும் கண்ணனும் பிஸ்கெட்டைத் தின்றார்கள். தூக்குவாளியில் இருந்த சீனிக்கிழங்கை எடுத்து முத்தையாவுக்கும் சக்கையனுக்கும் ஆளுக்கு இரண்டாய்க் கொடுத்தார். மலையேறி வந்த களைப்பிற்கு ஆறுதலாக ஈரக் காற்று உடலைத் தழுவிச் சென்றது. அவர்கள் தீனி தின்று முடித்து ஆளுக்கொரு பக்கமாய் சாய்ந்து ஓய்வெடுத்தனர்.

"எங்கூட எத்தன வருசமா வேட்டைக்கி வந்துட்டு இருக்க கொடி?" வீரணன் இவர் பக்கமாகத் திரும்பாமலேயே கேட்க பொருட்களைப் பையில் சேர்த்துக் கட்டியபடியே தனிக்கொடி சில நொடிகள் யோசித்துவிட்டு, 'இன்னிக்கி நேத்தாங்கய்யா வரேன்... சிறுவயசுப் பயலா உங்க நைனா கூட வேட்டைக்கி இந்தக் காட்டுக்குள்ள வர ஆரம்பிச்சேன், அவருக்கு அப்பறம் உங்ககூட... உங்ககூட முப்பது வருசம்னா உங்கய்யா கூட ஒரு பத்து வருசம் ஆக நாப்பது வருசம் இந்தக் காட்டோட கெடந்தாச்சு...' என பெருங்காலத்தைச் சுருக்கமாகச் சொல்லிமுடித்தார்.

'இத்தன வருசம் வேட்டைக்கி வந்தும் ஒரு வாட்டி கூட உனக்கு வேட்டையாடணும்னு ஆச வரலியா?'

'இல்லங்கய்யா...'

'ஏன்? உனக்குத் துப்பாக்கி சுடத் தெரியாதுன்னு மட்டும் பொய் சொல்லிராத...'

'எனக்கு நல்லாவே சுடத் தெரியுங்கய்யா... ஒவ்வொரு வாட்டியும் நீங்க வேட்டையாடற மிருகம் குண்டடிபட்டு துடிச்சு விழறப்போ நாந்தான் பக்கத்துல போயி கத்தியால அதக் கடைசியாக் கொல்லுவேன்... உசுருக்குத் துடிக்கிற அந்த மிருகத்தோடு தவிப்ப பாத்துட்டா மனசு விட்டுப்போகும்... அதனாலேயே வேட்டையாடணும்னு எனக்குத் தோணறதில்ல...'

தனிக்கொடி சொன்னதைக் கேட்டு வீரணனும் கண்ணனும் சிரித்தனர்.

'கொன்றால் பாவம் தின்றால் போச்சுங்கற மாதிரிதான் கொடி இதுவும்... இதுல மனசு விட்டுப் போறதுக்கு என்ன இருக்கு?...

ஒருநேரம் மாதிரி ஒருநேரம் காடு இருக்காது. நாளைக்கி ஒரு அவசரம் ஆத்திரம் வர்றப்போ என்னயக் காப்பாத்தணும்னு ஒரு நெலம வந்தா அப்பயும் வேட்டையாட மாட்டேன்னுதான் நிப்பியா..?' வீரணன் குதர்க்கமாகக் கேட்க 'ஐயா இப்பிடியெல்லாம் கேட்டா எப்பிடி...? உங்களுக்கு ஒண்ணுன்னா சும்மா இருக்க முடியுமா?' என தனிக்கொடி பதறினார். அவரது பதற்றத்தைக் கண்டு 'சும்மா கேட்டன்யா... எதுக்கு பதர்ற...?' என அமைதிப்படுத்தினார்.

பன்றியின் தடம் தேடிப்போன பளியன் சரிவில் வேகமாய்த் திரும்பி வந்தான். ஓட்டமும் நடையுமாக வந்த பளியனது அவசரத்தைப் பார்த்த வீரணன் எழுந்து தனது வேட்டியைச் சரிசெய்து தொடைக்கு மேல் தூக்கிக் கட்டினார். பளியன் இலையில் எதையோ சுற்றி எடுத்து வருவதைக் கண்ட அவரது கண்கள் ஆர்வத்தில் மின்னின. அவசரமாகத் தன் கையிலிருந்த இலையை விரித்துக் காட்டி, 'செத்த முந்திதாங்கய்யா விட்டயப் போட்ருக்கு... இன்னும் காயக்கூட இல்ல...' என்று கூறியதைத் தலையசைப்பினால் ஆமோதித்த வீரணன், 'எந்தத் திக்குல இதக் கண்ட?' என்று கேட்க, 'இப்பிடியே மேக்கால அரமைல் தூரத்துலங்கய்யா...'

அவன் காட்டிய திசையில் வீரணன் திரும்பிப் பார்க்க பளியன் தொடர்ந்து பேசினான்...

'அந்தப் பக்கத்துல ஒரு பெரிய பள்ளம் இருக்கு... அத விட்டா மல ஏறுற இடத்துல இருந்து எங்க பளியக்குடிக்குப் போற வழியில ஒரு கேணி இருக்கு... இந்த ரெண்டு பக்கத்துல எங்கியோதான் பன்னி சுத்திக்கிட்டு இருக்கணும்...'

அந்தக் காட்டின் அமைப்பை விலாவாரியாகப் பேசிய பளியனைக் கவனமாகப் பார்த்துவிட்டுத் தனது துப்பாக்கியை எடுத்துக் கொண்டார். அவரது செயலைக் கவனித்த உடனிருந்தவர்கள் உத்தரவு வரும் முன்பாகவே விரைந்து செயல்படத் துவங்கினார்கள். தனிக்கொடி பிரித்து வைத்த பொருட்களை அவசரமாக மூட்டை கட்ட, முத்தையா தூக்குவாளியிலிருந்து இரண்டு கிழங்குகளை எடுத்து பளியனிடம் கொடுத்தான். அவன் கையிலிருந்த பன்றி விட்டையைத் தூர எறிந்துவிட்டு கையை வேட்டியில் துடைத்துக் கொண்டு கிழங்கை வாங்கி பசி தீர தின்றான்.

‘கொடி... இருக்க சாமானயெல்லாம் மூட்டையா கட்டி மரத்துல உயரமா எங்கியாச்சும் வெச்சிருங்க... முத்தையாவும் பளியனும் கேணி இருக்க பக்கமா போயி அங்க இருந்து சத்தம் குடுத்துட்டே வரட்டும். சக்கையனும் நீயுமா சேந்து பள்ளம் இருக்க பக்கத்துக்கு எதிர்ப் பக்கத்துல இருந்து சத்தம் குடுத்துட்டு வாங்க... நாங்க இந்தப் பக்கத்துல இருந்து நெருங்கி வாரோம்...’

வீரணன் வேகமாகத் தனது திட்டத்தைச் சொல்லிமுடிக்க, அவரது வேலையாட்கள் உத்தரவுக்குப் படிந்தவர்களாய் விரைந்து வேலைகளைச் செய்யத் துவங்கினார்கள். உயரமான தோதகத்தி மரத்தின் ஒரு கிளையில் முத்தையா மூட்டையைக் கட்டித்தொங்க விட்டார். ஜமீனின் உத்தரவுப்படி இரண்டிரண்டு பேராகப் பிரிந்து எதிரெதிர்த் திசைகளில் ஓடினார்கள். கண்ணனும் வீரணனும் தங்களுக்குத் தேவையான தோட்டாக்களைப் பிரித்து எடுத்துக் கொண்டு பள்ளத்தை நோக்கி நடக்கத் தொடங்கினார்கள்.

காற்றில் ஈரம் கூடியது. முதல் தூறலை அடுத்து தூறல்கள் சணல் கயிறென இறங்க, முகத்திலும் தலையிலும் விழுந்த சிறு துளிகளை வீரணனும் கண்ணனும் துடைத்துக்கொண்டனர்.

‘கண்ணா ரெண்டு பேரும் ஒரே சைடா இல்லாம நீ இடது பக்கமா வா, நா வலது பக்கமா வாரேன்... என் கணிப்பு சரியா இருந்தா பன்னி கேணி பக்கத்துல இருந்து பள்ளத்துக்குத்தான் வரணும்...’ என வீரணன் சொல்ல, ‘சரிப்பா...’ என்றபடியே கண்ணன் அவரிடமிருந்து விலகி இடதுபுறம் நோக்கி நடந்தான்.

மழையோடு சேர்ந்த காற்றின் வேகம் அதிகரித்து அச்சமூட்டும் சத்தம் அப்பகுதியைச் சூழ்ந்தது. காற்றின் சத்தம் பெருமழைக்கான முன்னறிவிப்பைச் சொல்ல, காட்டிற்குள் நுழைந்த மனிதர்கள் நரிகளாக மாறி வேட்டைக்காகப் பதுங்கியிருந்தனர்... மின்னல் வேகத்தில் தனது திட்டப்படி எல்லோரும் சரியான இடத்திற்கு வந்துவிட்டதைக் கவனித்த வீரணன், ஒரே நேரத்தில் இரண்டு பக்கத்திலுமிருந்த தனது வேலையாட்களுக்கு சைகை செய்து முன்னேறிவர உத்தரவிட்டார்.

செடி கொடிகளுக்கு நடுவே மறைந்திருந்த அவரது வேலையாட்கள் எழுந்து நின்று தங்களிடமிருந்த எவர்சில்வர் தட்டு மற்றும் சிறிய

பறைகளைக் கொண்டு டமடமவெனச் சப்தம் எழுப்பினர். காற்றின் பேரோசையைத் தாண்டி அவர்கள் எழுப்பிய சத்தம் ஒலிக்க, வீரணனும் கண்ணனும் வேட்டைக்குத் தயாரானார்கள். பதுங்கியிருக்கும் சிறுத்தையின் கண்களைப் போல் அவர்களது கண்கள் வேட்டைக் கத்திகளாய் மின்னின. வேலையாட்கள் விடாமல் சப்தம் எழுப்பிய சில நிமிடங்களுக்குப்பின் முத்தையா நிற்கும் இடத்திலிருந்து சற்றுத் தள்ளி, செடிகளுக்கு நடுவே ஒரு அசைவு தெரிந்தது. பளியன்தான் அதை முதலில் கவனித்தான்...

'முத்தையா அங்கபாரு...'

அவன் கைக் காட்ட முத்தையா அந்தத் திசையில் இன்னும் வேகமாய்ச் சப்தம் எழுப்பினான். சில நொடிகளுக்குப்பின் அந்தச் சலசலப்பு அதிகமானது. செடிகளுக்கு நடுவே தெரிந்த சலசலப்பு இரைச்சலாக உருவெடுத்து ஓர் பிரம்மாண்டமான உருவம் இப்பொழுது வேகமாக வயலைக் கிழித்துக்கொண்டு ஓடத் துவங்கியது. அந்த உருவம் வளர்ந்து இப்பொழுது சிறியதொரு குன்று செடிகளுக்கு நடுவே ஓடிவருதைப் போன்ற அச்சத்தை ஏற்படுத்த வீரணனும் கண்ணனும் துப்பாக்கிகளை இறுகப் பிடித்துக் குறிபார்த்தனர் பன்றியின் உருவம் கொஞ்சம் கொஞ்சமாய் வெளிப்பட, முதலில் அதன் கால்களும் பிறகு கனத்த வயிறும் பின்பு அதன் தலையும் தெரிந்தது... முழுமையாக அதன் உருவம் தெரிய வந்தபோது அது தனிக்கொடி இருக்கும் திசையை நெருங்கிவிட்டிருந்தது. தனிக்கொடியும் இப்பொழுது சப்தமாக ஒலி எழுப்ப மிரண்டு நின்ற பன்றி சுற்றிலும் ஒரு நொடி பார்த்தது. தனது திசையை மாற்றி இப்பொழுது வீரணன் இருக்கும் பக்கமாகத் திரும்பி ஓடியது.

மூன்று வருடங்களுக்கு முன்பும் இப்படித்தான்... இதே போன்றதொரு பன்றி... இந்தக் காட்டின் இன்னொரு பக்கத்தில் துப்பாக்கியோடு குறிபார்த்துக்கொண்டிருந்த வீரணனை முட்டித் தூக்கியெறிந்தது. மரங்களில் மோதி கால் உடைந்து உடலெங்கும் காயமான அந்தத் தருணங்கள் மின்னலெனத் தலைக்குள் வெடிக்க வீரணன் நிலைதடுமாறிப்போனார். அது பன்றியல்ல கருத்த பிசாசு... அதன் கூரான கொம்புகள் யானையின் தந்தங்களைப் போலிருந்தன. அவ்வளவு நேரமும் இருந்த துணிச்சலும் வீரமும் அடங்கி மனம் படபடத்தது.

உடல் வியர்த்து வீரணனுக்குக் கைகள் நடுங்கின. கால்கள் வலிமையிழந்து ஒத்துழைக்க மறுப்பதுபோல் ஆகிவிட, சிந்தனை மழுங்கிப்போனவராய் ஸ்தம்பித்து நின்றார். துப்பாக்கியைப் பிடித்திருந்த கைகள் நடுங்கியபோது கடந்த மூன்று வருடங்களில் வெவ்வேறு இரவுகளில் அவரது கனவுகளில் வந்து அச்சுறுத்திய பெரும் பன்றியைப் பார்த்துவிட்ட மரணபயம் அவரிடம் தொற்றிக்கொண்டது. தடுமாறிய கைகளிலிருந்து துப்பாக்கி தவறிவிழ சரியாக பன்றி அதேநேரம் அவரை நெருங்கி முட்டத் தயாரானது. ஜமீனின் வேலையாட்கள் பதறி சத்தம்போட சரியான நேரத்தில் கண்ணனின் துப்பாக்கி வெடித்தது. என்ன நடந்ததென எல்லோரும் சுதாரிக்கும் முன்பாகவே குண்டடிபட்ட பன்றி வீரணனைக் கடந்து உருண்டு சென்று அருகிலிருந்த பெரும் பள்ளத்தில் விழுந்தது.

பகுதி – 2

(காலம் 1860)

மேற்கு மலையின் கண்ணுக்கெட்டிய தூரம் வரை எல்லாமே ஜமீன் சொத்து. முன்னூறு வருடங்கள் இந்தக் காட்டையும் மலையையும் அவர்கள் கட்டி ஆண்டதற்கு முக்கியக் காரணம் மக்கள் அவர்களின் மீது கொண்ட அச்சந்தான். இந்தக் காட்டிலிருந்து முப்பது மைல் தொலைவிலிருந்த பெரியநாயக்கன்பட்டிதான் நீண்டகாலமாக ஜமீனின் ஊராக இருந்தது. நூற்றைம்பது வருடங்களுக்கு முன் வேட்டைக்கு வந்த ஜமீன் இந்தக் காட்டின் வனப்பிலும் அமைதியிலும் மயங்கிப் போனார். மிகப்பெரிய புளியந்தோப்பை அடுத்து யானைப் புற்களுக்கு நடுவே ஒரேயொரு வட்டப்பாறை. நூறுபேர் உட்கார முடிகிற அளவிற்குப் பெரியதான அந்தப் பாறையில்தான் ஜமீன் தனது பரிவாரங்களுடன் தங்குவதற்கான கூடாரங்களை அமைத்திருந்தனர்.

பாறையிலிருந்து விரியும் புளியந்தோப்பும் அது முடியுமிடத்தில் ஓடும் சிறிய ஓடையுமாக அந்த இடம் மகோன்னதமாக இருந்தது. அன்றிரவு பாறையின் முகப்பில் நின்று வனத்தின் அழகில் லயித்துக் கிடந்த ஜமீன், யானைகளின் பிளிறல்களைக் கேட்டார். அந்தப் பிளிறல்களின் சத்தம் ஓய்ந்தபோது காட்டிற்குள்ளிருந்து கொம்பின் இசையும் மேளம் அடிக்கும் சத்தமும் கேட்டது. தூரத்தில் மக்களின் ஆரவார கூச்சல்களுக்கு நடுவே காட்டின்

மொத்த நரம்புகளையும் சுண்டியிழுக்கும்படியான குழல் இசை அந்த வெளியை ஆக்கிரமிக்கத் துவங்கியது. கொம்பு ஓய்ந்து மேளச் சத்தம் மட்டும் எழ அதன் நடுவே மக்களின் ஆரவார குரல். பின்பு மேளச்சத்தம் ஓய்ந்து நிற்க, குழலிசை மீண்டும் எழுந்தது. மரங்களும் செடிகளும் பேய் பிடித்ததுபோல் ஆடின. காற்று எப்போதுமில்லாத ஆக்ரோஷத்தில் மலைமுகட்டிலிருந்து அடிவாரம் நோக்கி வீசியது. குழலிசையின் மூர்க்கம் காற்றின் வேகத்தோடு சேர்ந்து ஒலித்ததைப் பாறையிலிருந்த ஜமீன் ஆட்கள் அச்சத்தோடு கேட்டனர்.

ஜமீனுக்குக் கால்களில் மயிர்க்கூச்செறிந்தன. இதற்கு முன் அறியாத ஏதோவொன்று அவருடலில் புகுந்து அவரை உந்தித்தள்ளியது. அவரது உடலிலிருந்த பரவசத்தைப் புரிந்துகொண்ட வழிகாட்டி நெருங்கி வந்து, 'ஐயா காட்டுக்குள்ள பளியனுக வெறியாட்டு நடத்திட்டு இருக்கானுக... இன்னிக்கி ராத்திரி முழுக்க இந்தச் சத்தம் கேட்டுக்கிட்டேதான் இருக்கும்...' என்று சொன்னார். ஜமீன் ஆர்வமாக 'வெறியாட்டுன்னா?' எனக் கேட்க, 'அவங்க சாமிக்கு நடத்தற சடங்கு. இந்தக் குழல ஊதியே வனதேவாதிகள வரவெச்சிருவானுகய்யா... பூதனாச்சியம்மன், பளிச்சியம்மன், வாசிமலயான்னு பனிரெண்டு வனதேவாதிக உண்டு. ஒவ்வொரு சாமிக்கும் ஒவ்வொரு விதமான ஆட்டமும் மேளமும் மாறும்... அதும் இந்த வருசம் அவனுகளுக்கு பூ நோன்பு வேற... எப்பல்லாம் காட்ல குறிஞ்சி பூக்குதோ அப்ப மட்டுந்தான் இந்தப் பூ நோன்பு வரும்...' என்று சொல்லி முடிக்க கேட்டுக் கொண்டிருந்த ராஜாவுக்கு அதற்குமேல் அங்கிருக்க பொறுமையில்லை.

முழு நிலவின் வெளிச்சத்தில் கூடாரத்திலிருந்து இறங்கி காட்டை நோக்கி நடந்த ராஜாவை உடனிருந்தவர்கள் தடுக்க மனமின்றித் தொடர்ந்தனர். புளியஞ்சோலைக்குச் செல்லும் காட்டுப் புற்கள் அடர்ந்த பாதையில் நடந்தபோது நறுச்சென காலில் எதுவோ மிதிபட்டதுபோலிருக்க, ராஜாவுக்கு ஒரு நொடி நிதானம் தப்பி தலைசுற்றியது. அவருக்குப் பின்னால் வந்த காவலர்களில் ஒருவன் தீப்பந்தத்தை அவசரமாகத் தாழ்த்தியபோது அவரது இடதுகாலைத் தீண்டிய ஒரு நாகம் புற்களுக்குள் ஊர்ந்து சென்றது.

காவலர்களும் மற்றவர்களும் பதறி ராஜாவை நெருங்கும் முன்பாகவே அவர் மயங்கிச் சரிந்தார். இந்த அர்த்தராத்திரியில்

உடனடியாக அரண்மனைக்குத் திரும்பச் சாத்தியமில்லை என்ற பதற்றத்தில் காவலர்கள் அவரது உதவியாளரைப் பார்த்தனர். 'புளியஞ்சோலைய அடுத்து இருக்க ஓடைக்குப் பக்கமாத்தான் பீமன் பொடவு இருக்கு... ராஜாவ அங்க கூட்டிட்டுப் போனம்னா பளியனுங்க எப்பிடியும் காப்பாத்திருவாய்ங்க... உடனே தூக்குங்க...' என அவசரப்படுத்த, காவலர்கள் ராஜாவை ஒரு தொட்டிலில் கட்டித் தூக்கினார்கள்.

காட்டிற்குள் பொடவை நோக்கி அவர்கள் நடந்தபோது, வெறியாட்டின் மேளச்சத்தம் உச்சத்தை நெருங்கிக்கொண்டிருந்தது. குழலிசையின் வெறிக்கு அஞ்சி காற்று ஓய்ந்து நிலா மேகத்திற்குள் மறைந்துகொண்டது. பளிச்சி இறங்கியிருந்தாள். பெண்களின் குலவைச் சத்தம் காடெங்கும் அதிர குழலிசைப்பவனின் நரம்புகள் தெறித்துவிடும் அளவிற்கு வெறியேறியிருந்தான். பொடவின் மேல் காவலுக்கு நின்றிருந்த இரண்டு பளிய இளைஞர்கள் தங்களது பளியக்குடியை நோக்கிப் புதிய ஆட்கள் வருவதைக் கண்டு ஊய் ஊய் என வினோத ஒலி எழுப்பினர். குழலிசைக்கு நடுவிலும் அந்த எச்சரிக்கை ஒலியைப் பளியக்குடியிலிருந்த பெரியவர்கள் கவனித்ததால் குழலிசை மெல்ல வேகத்தை இழந்தது. குலவைச் சத்தம் ஓய.... தீப்பந்த வெளிச்சங்கள் தங்களை நோக்கி வருவதை எல்லோரும் பார்த்தார்கள்.

அந்த அகாலத்தில் பளியன் பொடவை நோக்கி வந்த புதிய ஆட்களை வரவேற்க தேராடியும் அவரோடு சிலரும் வழிபாட்டு இடத்திலிருந்து முன்னே சென்றனர். வழிபாட்டிற்காக பளியக்குடியைச் சுற்றி ஏற்றப்பட்டிருந்த பந்தங்களில் நெருப்பு வெளிச்சத்தின் நடனம் ஓயாதிருந்தது.

'எலேய் இந்த நேரத்துல வெளியாளுக வாராகன்னா எதாச்சும் அவசரமா இருக்கும், என்னன்னு பாருங்க...?' என தன்னுடன் இருந்த இரண்டு இளைஞர்களை அனுப்பி வைக்க அவர்கள் மலைப்பொடவிலிருந்து இறங்கி காட்டுப் பாதையை நோக்கி விரைந்தனர்.

ஆறு காவலர்களும் ராஜாவின் உதவியாளரும் தொட்டிலில் ராஜாவைத் தூக்கிவருவதைக் கண்டவர்களுக்கு நடந்திருப்பதை ஊகிக்க முடிந்தது. இரண்டு பளியர்களில் ஒருவன் அவசரமாக ராஜாவின் கண் இமையைத் தூக்கிப் பார்த்தான், கருவிழி

மேல்நோக்கிச் சாய்ந்திருக்க, தன்னோடு இருந்த இன்னொருவனை நோக்கித் திரும்பி 'நீ வெரசா போயி தேராடி கிட்ட பளிச்சி எல எடுக்கச் சொல்லு... பெரிய பூச்சி தீண்டியிருக்குன்னு நெனைக்கிறேன்...' என்றதும் இன்னொரு இளைஞன் அவசரமாக பொடவை நோக்கி ஓடினான்.

தேராடி மலைப்பொடவிலிருந்த சிறிய சுனையை ஒட்டி வளர்ந்திருந்த செடியிலிருந்து பளிச்சி இலையைப் பறித்து வந்தார். அடிவாரத்தில் ஒரு பெரிய பாறையில் பட்டுத்துணி விரித்துப் படுக்க வைக்கப்பட்டிருந்த ராஜாவின் காலில் பளிய இளைஞன் பாம்பு தீண்டிய இடத்தில் குறுங்கத்தியால் கீறி நஞ்சேறிய ரத்தத்தைப் பிதுக்கி எடுத்தான். முழங்காலுக்கு மேலே துணியால் இறுகக் கட்டப்பட்டு சுயநினைவற்றுப் படுத்திருந்த ராஜாவின் முகத்தில் நிலா வெளிச்சம் முழுமையாகப் படர்ந்திருந்தது. தேராடி ராஜாவின் தலைமாட்டில் அமர்ந்து கண்மூடி பளிச்சியை வேண்டினார். தெற்குத் திசையில் மரத்தடியிலிருந்த பளிச்சியம்மனை நோக்கிக் கைகளை நீட்டி பிரார்த்தனை செய்த தேராடி இரண்டு உள்ளங்கைகளுக்குள்ளும் இருந்த பச்சிலைகளை இறுகக் கசக்கி அதன் சாறை ராஜாவின் வாயில் ஊற்றினார். மிகச் சில துளிகள் மட்டும் அவரது உதடுகளைக் கடந்து வாயினுள் இறங்கியது. சுற்றிநின்ற அவரது ஆட்கள் பதற்றம் விலகாமல் பார்த்துக் கொண்டிருக்க, தேராடி மிச்சமிருந்த இலைகளைக் கைகளால் மெதுவாக நசுக்கி உருண்டையாக்கி, பாம்பு தீண்டிய இடத்தைச் சுற்றிப் பத்துப்போட, பளிய இளைஞன் ஒரு துணியால் அதனை இறுக மூடினான்.

பொடவிலிருந்த பளியர் குடும்பங்களும் இப்போது அடிவாரத்திற்கு இறங்கி வந்திருந்தனர். இருபது குடும்பங்களைச் சேர்ந்த எழுபது பேர் கொண்ட சிறிய குடி அது. தேராடி பளிச்சியம்மனைப் பார்த்து முன்னால் நிற்க, அவருக்குப் பின்னால் பளியக்குடியைச் சேர்ந்த மற்ற அத்தனை பேரும் கண்மூடி வேண்டிக்கொண்டார்கள். ஒரு இளம்பெண் கூட்டத்திலிருந்து விலகிச் சென்று பளிச்சியம்மன் காலடியிலிருந்த மயிலிறகை எடுத்து வந்து ராஜாவின் தலைமுதல் கால்வரை வருடத் துவங்க, தேராடி மற்ற எல்லோரையும் விலகிச் செல்ல உத்தரவிட்டார். வெறியாட்டுக்காக வாசிக்கப்பட்ட இசைக்கருவிகள் பாதுகாப்பாக மிருகத் தோலில் வைத்துச் சுற்றப்பட்டு பொடவிற்குள் எடுத்துச் செல்லப்பட்டன.

பளிச்சியம்மன் கோவிலைச் சுற்றி வைக்கப்பட்டிருந்த படையலை எவரும் தொட்டிருக்கவில்லை. தேராடியும் இன்னும் சில பளியர்களும் ராஜாவிற்கு அருகிலேயே காத்திருக்க, பளியர்கள் உறங்கச் சென்றனர். பெருஞ்சத்தங்களைக் குடித்த இரவு அமைதியாய்க் கடந்துகொண்டிருந்தது.

பளியர் பெண்கள் ஜமீனோடு வந்தவர்களுக்கு, தேனும் தினைமாவும் கலந்த உணவைத் தயார் செய்து தந்தார்கள். அவர்கள் ராஜாவின் நிலை கண்ட கலக்கத்தில் உணவைக் குறித்த சிந்தனையில்லாமலிருக்க, 'இதுக்குமேல ஒண்ணும் பயப்படாதீங்க... பளிச்சி எல குடுத்திருக்கு... ராசா எப்பிடியும் பொழச்சுக்குவாரு...' என ஒரு பெண் ஆறுதல் சொன்னாள். ஜமீனின் ஆட்கள் அரைமனதோடு உணவை ஏற்றுக்கொண்டு சாப்பிட்டு முடித்த சில நிமிடங்களுக்குப்பின் ராஜா நினைவு திரும்பி கண்விழித்தார். இரவு முழுக்க யானையின் பிளிறல்களையும் வண்டுகளின் ரீங்காரங்களையும் கேட்டபடியே நிலா பார்த்து அமர்ந்திருந்தவரின் மனதில் நீண்டகாலத்திற்குப் பின் பெரும் அமைதி. மூன்றாம் சாமத்தில் அசதியில் உறங்கிப்போனவரை ஒருவரும் தொந்தரவு செய்ய விரும்பவில்லை. அதிகாலையில் புளியஞ்சோலையிலிருந்த மயில்களின் அகவல் ஒலி கேட்டுக் கண்விழித்தபோது எதிரிலிருந்த மலைத்தொடரின் மீது பார்த்த சூரிய உதயம் அவருக்குப் புதிய வெளிச்சங்களை உணர்த்தியது.

தன்னைக் காப்பாற்றிய பளியர்களுக்கு நன்றி சொன்னவர் பல நூறு வருடங்களாக வெளிவுலகைப் பார்த்திராத அந்தப் பழங்குடி மனிதர்கள் மலைப் பொடவில் எளிமையாக வசிப்பதைக் கவனித்தார். 'இந்தக் காடு சுத்திலும் இவ்வளவு பெருசா இருக்கே... நீங்க ஏன் இந்த இடத்துல இருக்கணும்னு நெனச்சீங்க... இந்தப் பக்கமா ஓடைக்கிப் பக்கத்துல குடிச போட்டுக்கலாம், இல்ல நேத்து நாங்க இருந்த பாறைக்குப் பக்கத்துல இருக்கலாமே...' என ஜமீன் ஆர்வத்தோடு கேட்டார்.

'காடும் மலையுந்தான் எங்களுக்கு துணைங்கய்யா... இந்தப் பொடவுலதான் நாங்க காலம் காலமா இருக்கோம். அதுமில்லாம எங்க பளிச்சியாத்தா இருக்க இடத்த விட்டுட்டு நாங்க எங்க போகமுடியும்...' என தேராடி மலைப்பொடவின் அடிவாரத்திலிருந்த சிறிய கோவிலைக் காட்டினார். இதற்குமுன்

அவர் கண்ட சிலைகளிடம் இல்லாத ஒரு வசீகரமும் தனித்துவமும் அவர் காட்டிய பச்சை நிற அம்மன் சிலையிலிருந்தது. 'இந்த மாதிரி ஒரு சாமி சிலைய இதுக்கு முன்ன எங்கியும் நான் பாத்ததில்ல...' என ஜமீன் ஆச்சர்யமாகச் சொல்ல, அவர் மனதைப் புரிந்து கொண்ட தேராடி,

'ஐயா வழிவழியா எங்க தெய்வத்தப் பத்தி யார்கிட்டயும் பேசறதில்ல...' எனத் தயங்கினார். அவரது தயக்கத்தைக் கண்டு ஆத்திரப்பட்ட ஜமீன் உதவியாளர், 'ஏய் ராசா கேக்கறாரு... சொல்ல மாட்டியா?' என அதட்டினார். பளியர்குடி பெரியவர் மலைப்பொடவின் உள்ளே இருந்த சிறிய நீர்ப் பள்ளத்தையும் அதை ஒட்டியிருந்த செடிகளையும் காட்டினார். 'நீங்க பாக்கற தெய்வம் கல்லாலயோ மரத்தாலயோ உருவானது இல்லங்க... அந்தப் பொடவுல இருக்க செடியாலயும் தண்ணியாலயும் பூவாலயும் உருவாகறது. நேத்து உங்க உசுரக் காப்பாத்தினதும் அந்தப் பளிச்சியம்மன் எலதான். எங்க தெய்வந்தான் எங்களுக்குக் காவல்.' என அவர் சொன்னதை ஆச்சர்யமாகக் கேட்ட ஜமீன் எதுவும் பேசாமல் அங்கிருந்து முந்தைய இரவு தங்கிய கூடாரத்திற்குத் திரும்பிவிட்டார். சில நாட்களுக்குப்பின் ஜமீனின் ஆட்கள் புளியஞ்சோலையை ஒட்டிய பகுதிகளை மெல்லத் திருத்தத் துவங்கியபோது, மலையிலிருந்த பளியர்கள் கவலையோடு பார்த்தார்கள்.

புதிய மனிதர்களின் வருகை அவர்களுக்குத் தொந்தரவாய் மாறியது. வழிமாறிய மிருகங்கள் எங்கு செல்வதெனத் தெரியாமல் பளியர்களின் பொடவைச் சுற்றி வரத் துவங்கின. தினை வயல்கள் நாசமாகிக்கொண்டிருக்க, பளியர்களின் வாழ்வாதாரம் பாதிக்கப்பட்டது, தேராடி ஊர்ப் பளியனிடம் சொல்லி இரவில் வெறியாட்டுக்குத் தயார்படுத்தச் சொன்னார். அன்றிரவு அவர்கள் மேளம் அடித்துக் கொம்பிசைத்தபோது எப்போதும் கருணையோடு இறங்கிவரும் எந்த வனதேவாதிகளும் இறங்கிவரவில்லை. குழல் ஊதிச் சோர்ந்துபோன பளியன் கவலையோடு தேராடியைப் பார்க்க, யாரிடமும் பேசாமல் அவர் காட்டில் புதிய இடம் தேடிவர நடந்தார். தேராடி திரும்பி வந்தபோது பளியர்களின் அழுகைச் சத்தம் வெகுதூரம் வரை கேட்டது. பதறிப்போய் அவசரமாக பொடவிற்கு வந்தபோது, பளியர்களின் அழுகுரல் முன்னைவிடவும் அதிகரித்தது. 'நம்ம சாமியக் காணாம் தேராடி'

என ஒரு பெண் பெருங்குரலில் கத்தியபோது, இனி இந்த இடத்தில் ஒருநாளும் இருக்கக் கூடாதென அவர் தீர்மானித்தார்.

ஜமீனின் இடமாற்றத்தைத் தொடர்ந்து இங்கு புதிய ஊர் உருவாக, ஆயிரம் வருடங்களுக்கு மேலாக இந்தக் காட்டிலிருந்த பளியர்கள் காட்டின் வேறுபகுதிக்கு இடம் பெயர்ந்தார்கள். பளிச்சியம்மன் இருந்த இடத்தில் ஜமீன் சிறிய கோவிலை உருவாக்கினார். தெய்வம் இல்லாத போதும் அவர்களுக்கான கோவில் ஒதுக்கப்பட்டிருந்தது.

ஜமீனின் புதிய ஊருக்கு வெளியே மலையடிவாரத்தில் கட்டப்பட்டிருந்த சிறிய கற்கோவில். வருடத்தில் ஒருநாள் பளிச்சியம்மன் திருவிழா நடைபெறும்போது அந்த ஊர் பக்தியோடு திரண்டு கும்பிட்டது. மற்ற நாட்களில் ஊருக்குள் வர விரும்பாத பளியர்கள் அந்த ஒருநாளில் மட்டும் முன்னின்று வழிபாட்டை நடத்துவார்கள். இரண்டு வருடங்களுக்குப்பின் அதே போன்றதொரு திருவிழா நாளில் நீண்ட காலத்திற்குப்பின் தேராடியின் மேல் பளிச்சியம்மன் இறங்கினாள். நீண்ட கால ஆத்திரம் அடங்கும் வரையிலும் ஓயாதவளாய் ஆடித் தீர்த்த பளிச்சி ‘இந்தக் காட என்னன்னு நெனச்சீக... மரம், காத்து, தண்ணி எல்லாத்துலயும் வனதேவாதிக இருக்குதுங்க.... எங்க ஒவ்வொருத்தருக்கும் ஒவ்வொண்ணுல ஆட்சி... நிலத்துக்கு ஒருத்தி, நீருக்கு ஒருத்தி, காத்துக்கு ஒருத்தின்னு எங்க பாதுகாப்புல இருக்க எடம்... இன்னயிலிருந்து நூறு வருசம்... இந்தக் காடு மொத்தமா அழியும். மரமும் செடியும் கொடியும் மலையும் பேயா மாறி இங்க இருக்க அத்தன பேரையும் கொல்லும்... எடேய்.... நான் பளிச்சி... இங்க என் பிள்ளைகளத் தவிர்த்து ஒருத்தனும் இருக்க முடியாது... நான் பளிச்சிடா.. தாயோலிகளா... காடு பேயா மாறி நிக்கிற அன்னிக்கி இருக்கு உங்களுக்கெல்லாம்...’ என ஆவேசமாய் ஆடியடங்கியதை ஜமீனும் அவரது ஊர்க்காரர்களும் மிரட்சியோடு பார்த்துக்கொண்டிருந்தார்கள்.

ஜமீனின் தம்பி ஒருவர் நெருங்கிவந்து ‘என்னண்ணே என்னென்னமோ சொல்லுது...’ என சந்தேகமாகக் கேட்க, ‘அட நீவேற... அழிக்கணும்னு நெனச்ச சாமி நாம வந்தன்னிக்கே அழிக்க வேண்டிதான... அதென்ன நூறு வருசம்... இதெல்லாம் சும்மா பம்மாத்து... நீ கண்டுக்காத...’ எனச் சிரித்தார்.

பகுதி – 3

நாடு விடுதலையடைந்த பிறகும் இந்த மலையைச் சுற்றியிருந்த அறுபது கிராமங்களுக்கு மட்டும் வீரணனிடமிருந்தும் அவரது குடும்பத்திடமிருந்தும் விடுதலை கிடைத்திருக்கவில்லை. தங்களது அதிகாரத்தைக் காத்துக்கொள்ள எந்தவிதமான மூர்க்கத்தனங்களையும் செய்யத் துணிந்தார்கள். 'அதிகாரம் எப்பவும் கையவிட்டுப் போயிரக் கூடாது வீரணா...' என்று சொல்லியேதான் ஜமீன் வளர்க்கப்பட்டார்.

தந்தையிடமிருந்து தனக்கு வந்த அதிகாரம் தனது மகனிடம் போய்ச் சேரவேண்டுமென்பதில் உறுதியாக இருந்த வீரணன், தன்னைப் போலவே கண்ணனையும் வலிமையானவனாக உருவாக்க விரும்பினார். அவன் நடைபழகிய சில வருடங்களிலேயே துப்பாக்கியைக் கொடுத்துச் சுடப் பழக்கினார். வேட்டை நாய்களிடம் கண்ணனுக்குச் சிறுவயதில் அச்சமிருந்தது. அந்த நாயோடு விளையாடப் பழக்கி அதனைத் தமது கட்டளைகளுக்கு எவ்வாறு கீழ்ப்படிய வைக்க வேண்டுமெனக் கற்றுக்கொடுத்தார். 'இந்த நாயி மாதிரிதான் நம்மளுக்குக் கீழ இருக்க ஊர்க்காரய்ங்களும்... இதக் கட்டுப்படுத்த முடியலன்னா உன்னால இந்த ஆளுகளையும் கட்டுப்படுத்த முடியாது... அத மனசுல வெச்சுக்க...' என அவர் சொன்னதைக் கேட்டு கண்ணன் முதலில் நாய்களோடு நட்பானான். தனது குரலுக்குச் செவி சாய்க்கவும் அவற்றைப் பழக்கப்படுத்தியபின் அதனைக் கட்டுப்பாட்டிற்குள் கொண்டுவந்தான். வீரணன் எதிர்பார்த்தபடியே எவர்மீதும்

கருணையற்ற ஓர் முரட்டுத்தனம் கண்ணனுக்கு வந்தபோது இனி அவனைக் குறித்துக் கவலைப்படத் தேவையில்லையென நிம்மதி கொண்டார்.

ஜமீனுக்கு மலையடிவாரத்தில் இன்னொரு பெரிய வீடு உண்டு. வெளியூர்களிலிருந்து வரும் முக்கியஸ்தர்கள் தங்குவதற்காகவும் ஜமீனின் அந்தரங்கக் காரியங்களுக்காகவும் கட்டப்பட்டது. வீரணன் ஒவ்வொரு பெரிய வேட்டைக்குப் பின்பும் அந்த வீட்டில் தனது நண்பர்களுக்கு விருந்து கொடுப்பார். காட்டுமாடு, பன்றி, மான் என வேட்டையாடப்பட்ட மிருகங்களின் தோலைத் தனியாகப் பிரித்துவிட்டு இறைச்சியைத் தனித்தனியாக வெட்டி பத்திரப்படுத்துவார்கள். வருகிற விருந்தினர்களில் யாருக்கு என்ன பிடிக்கும் என்பதைக் கேட்டு அதனைச் சமைத்துக் கொடுப்பது வழக்கம். இரண்டு மூன்று நாட்களுக்குத் தொடர்ந்து அந்த வீட்டின் சமயலறையில் அடுப்பெரிந்து கொண்டிருக்கும். வீரணன் வேட்டைக்கு எடுத்துச் செல்லும் தாத்தாவின் துப்பாக்கி உட்பட ஏராளமான துப்பாக்கிகள் அந்த வீட்டில் உண்டு. பாடம் செய்யப்பட்ட மான் தலை, காட்டெருமையின் கொம்பு, யானைத் தந்தமென அந்த வீட்டில் ஏராளமான மிருகங்களின் எச்சங்கள் பாதுகாக்கப்பட்டன. கண்ணனைத் தவிர்த்து தனது குடும்பத்தில் மற்றவர்களை வீரணன் அந்த வீட்டிற்கு வர அனுமதிப்பதில்லை.

கதவுகள் ஜன்னல்கள் மட்டுமில்லாமல் பெரும்பகுதி தேக்கு மரத்தால் இழைத்துக் கட்டப்பட்ட அந்த வீட்டில் வீரணனின் தாத்தா மற்றும் அப்பாவின் ஓவியங்கள் சுவரில் தீட்டப்பட்டிருந்தன. இரண்டு ஓவியங்களுக்கும் இடையிலிருந்த சுவரில் ஜமீன் பெருமிதத்தின் அடையாளமாகத் துப்பாக்கி வைக்கப்பட்டிருந்தது. அந்தத் துப்பாக்கிக்குப் பின்னாலிருக்கும் கதையினை அங்கு வரும் விருந்தினர்கள் பெரும்பாலானவர்களும் அறிந்திருந்தனர்.

பதினெட்டு வயதைக் கடந்தபோது வேட்டையின்மீது பேரார்வம் கொண்ட கண்ணன் பண்ணை வீட்டின் சுவரில் கம்பீரமாகக் காட்சியளிக்கும் அப்பாவின் துப்பாக்கியைக் கண்கள் விரிய பார்ப்பான். வீரணன் அவனுக்குக் கொடுத்திருந்தது சாதாரணத் துப்பாக்கி, ஒவ்வொரு முறையும் அதனைத் தோளோடு அழுத்திப் பிடித்துச் சுடும்போது தோட்டா வெடித்தபின் தோள்பட்டை பிய்ந்துவிடுவதுபோல் வலியெடுக்கும். ஆனாலும் வெடிச்சத்தம்

கேட்கும் அந்த நொடியில் உருவாகும் பரவசம் அலாதியானது. பண்ணை வீட்டிற்குப் பின்னாலிருந்த புளிய மரத்தில் அவன் சுட்டுப் பழகிய இடங்கள் சிறு சிறு குழிகளாக அவனது வீரத்தின் அடையாளமாய் இருந்தன. இந்தப் பயிற்சிகளில் சலித்துப்போன கண்ணன் மானையும் காட்டு மாடுகளையும் பன்றிகளையும் சிறுத்தையையும் வேட்டையாடவேண்டுமெனத் துடித்தான். அதிலும் நூறு வருடங்களுக்கும் மேலான பழமைகொண்ட அப்பாவின் துப்பாக்கியால் வேட்டையாட வேண்டுமென்பது அவனது விருப்பம். ஆனால், அவரிடம் கேட்டுப் பெறும் துணிச்சலின்றி இருந்தான்.

புதிதாக வந்த வனத்துறை அதிகாரிக்கும், தாசில்தார் மற்றும் முக்கியஸ்தர்களுக்குமாக பண்ணை வீட்டில் ஒருமுறை விருந்து நடந்துகொண்டிருந்தது. கொச்சி துறைமுகத்திலிருந்து வந்த வெளிநாட்டு மது போத்தல்களை விருந்தினர்கள் மகிழ்ச்சியோடு காலி செய்துகொண்டிருக்க, கண்ணன் விருந்தில் பெரிய ஆர்வம் காட்டாமல் அப்பாவின் துப்பாக்கியைத் தேடி வந்தான்.

வேலையாட்களும் அப்பாவும் விருந்தினர்களைக் கவனிப்பதில் பரபரப்பாக இருந்ததால் அப்பாவின் வேட்டைத் துப்பாக்கியை எடுக்கும் துணிச்சல் அவனுக்கு வந்தது. தனது தோளிலிருந்த பழைய துப்பாக்கியை எடுத்து மேசையில் வைத்தவன் சுவரில் இரும்பு அரக்கனைப் போல் தொங்கிக்கொண்டிருந்த அப்பாவின் துப்பாக்கியைக் கைகள் நடுங்க எடுத்தான். ஆசையோடு ஒரு பருவப் பெண்ணைத் தடவிப் பார்ப்பது போல் அந்தத் துப்பாக்கியைத் தடவிப் பார்த்தவன், தோளில் அடிக்கட்டையைப் பிடித்துச் சுடுவதற்குக் குறிபார்ப்பதுபோல் அதனை உயர்த்திப் பிடித்தான். ஒரு கண்ணை மூடி நிதானமாகக் குறிபார்த்தபடியே துப்பாக்கியை நான்கு திசைகளிலும் மெதுவாக அசைத்து வந்தவன் தனக்குப் பின்னாலிருந்து வீரணன் கவனிப்பதை உணர்ந்து அவசரமாகத் துப்பாக்கியைக் கீழே இறக்கினான்.

போதையில் கண்கள் சிவப்பேறியிருந்த வீரணன் அவனை நோக்கிக் கைகளை நீட்ட மறுபேச்சின்றித் துப்பாக்கியைத் தனது தந்தையிடம் தந்துவிட்டான். அதுவரையில்லாத கர்வத்தோடு துப்பாக்கியைப் பார்த்த வீரணன், அதனை மீண்டும் பழைய இடத்திலேயே மாட்டி வைத்தார். 'ஒரு துப்பாக்கி உங்கிட்ட வந்து சேர்றது

தற்செயலா இருக்கக் கூடாது கண்ணா. அதுக்குத் தகுதியான ஆளா உன்னய நீ மாத்திக்கணும். வேட்டைய முழுசா பழகாம இந்தத் துப்பாக்கிய கைல தொடறது இந்தத் துப்பாக்கியவும் வேட்டையவும் அவமானப்படுத்தற மாதிரி... போ போயி முழுசா வேட்டைக்குப் பழகு...' என்று சொல்லிவிட்டு விருந்தினர்களைக் கவனிக்கத் திரும்பி நடந்தார்.

தனது அகங்காரம் சீண்டப்பட்ட ஆத்திரத்தில் கண்ணன் 'எப்பா நாந்தான் மூணு நாலு வருசமா சுட்டுப் பழகிட்டு இருக்கன் ல... என்னய எதுக்கு வேட்டைக்கிக் கூட்டிப் போக மாட்ற... என்னயவும் கூட்டிட்டுப் போ... நான் எப்பிடி வேட்டையாடறேன்னு ஒனக்கு அப்பத் தெரியும்..' என சத்தமாகச் சொன்னான். அவனது ஆத்திரத்திலிருந்த சிறுபிள்ளைத்தனத்தைப் புரிந்துகொண்ட வீரணன் சிரித்தபடியே 'எலேய் கண்ணா, துப்பாக்கிய எப்பிடி பிடிக்கணும், சுடணுங்கறத உனக்கு பதினாலு வயசில இருந்து கத்துக் குடுத்துட்டு இருக்கேன். காட்டுக்கும் எங்கூட வந்துகிட்டுத்தான் இருக்க... ஆனா இதுவரைக்கும் உன்னய வேட்டையாட விட்டதில்ல. ஏன் தெரியுமா வேட்டையாடிக்கு மொதல்ல காட்டப் பத்தின அறிவு இருக்கணும். செரி உன் துப்பாக்கிய எடுத்துக்கிட்டு காட்டுக்குப் போ... ரொம்ப தூரம்லாம் வேணாம். இங்கன பக்கத்துலயே அடிவாரத்துல எதையாச்சும் சுட்டுட்டு வா.' என்றார். கண்ணன் சமாதானமடையாதவனாக 'எதையாச்சும் சுடுன்னு சொல்லாதப்பா... எத சுடணும்னு சொல்லு...' என்று கேட்டான்.

வீரணன் சிறிது யோசித்துவிட்டு 'செரிடா. காட்டுக்கோழி ஒண்ண சுட்டு எடுத்துட்டு வா... பாப்போம்...' என்று சொல்ல, கண்ணன் அவசரமாக மேசையிலிருந்த தனது துப்பாக்கியை எடுத்துக் கொண்டு வெளியேறினான்.

★★★

ஜமீனுக்கும் அவரது மகனுக்குமிடையில் நடந்த வாக்குவாதங்களை வெளியிலிருந்து கேட்டுக்கொண்டிருந்த சக்கையன், கண்ணனைச் சமாதானப்படுத்தும் விதமாய் 'தம்பி, ஐயா ஏசிட்டாரேன்னு வருத்தப்படாதிய.... இன்னைக்கி நாம காட்டுக்கோழி, முயலு, மானுன்னு சுடுவோம்...' என உற்சாகமாகச் சொன்னான். அவனுக்குப் பதில் சொல்ல விருப்பமில்லாதவனாக கண்ணன் துப்பாக்கியை ஆவேசமாகப் பற்றியிருந்தான். உக்கிரமான வெயில் பட்டு அவனது உடலில் சீற்றம் இன்னும் அதிகமானது.

பண்ணை வீட்டிலிருந்து காட்டை நோக்கிப் பிரியும் பாதையில் கண்ணன் ஆவேசமாக நடக்க, சக்கையன் அவனை ஓட்டமும் நடையுமாகத் தொடர்ந்தான். மலையடிவாரம் வரை பரவியிருக்கும் மாந்தோப்பில் பூக்கள் பூத்து மாம்பிஞ்சுகள் வரத் துவங்கியிருந்ததால் பாதை முழுக்க வாசனை நிரம்பியிருந்தது. மாந்தோப்பு முடிந்து மலையேறும் இடத்தில் ஓடையொன்று குறுக்காக ஓடியது. ஓடையைத் தாண்டிச் செல்லவிருந்த கண்ணனை அவசரமாகத் தடுத்து நிறுத்திய சக்கையன் 'தம்பி மலையேற வேணாம்... இப்பிடியே ஓடைய ஒட்டியே மேக்கால நடந்தம்னா முயலுங்க நெறைய இருக்கும்... வாங்க நாலஞ்சு முயல சுடுவோம்...' என்றான்.

'இல்ல சக்கையா, அப்பா காட்டுக்கோழியத்தான் சுடச் சொல்லி இருக்காரு.. நான் அதத்தான் சுடுவேன்.' என பிடிவாதமாக இருந்தான்...

சக்கையன் தனது இடுப்பிலிருந்து ஒரு வேரை எடுத்து கண்ணனை நெருங்கினான், 'தம்பி இத உங்க இடுப்புவாருல கட்டிக்கங்க... பூச்சி எதும் அண்டாது...' எனச் சொல்லிவிட்டு கையில் நீட்ட கண்ணன் அதனை வாங்கி இடுப்பில் சொருகிக்கொண்டான். 'செரி தம்பி, நீங்க துப்பாக்கில மருந்த நிரப்புங்க. நான் ஒவ்வொரு பொதரா தேடிட்டு வரேன்...' என்று சொல்லிவிட்டு, இடையிலிருந்த வேட்டியை இறுக்கிக் கட்டிக் கொண்டு நடந்தான். தோள்களிலும் முதுகிலும் வழிந்த வியர்வையைத் துண்டால் துடைத்துக்கொண்டு தலைப்பாகையாகக் கட்டிக்கொண்ட சக்கையன் நரியின் தீவிரத்தோடு ஓடையை ஒட்டியே பார்த்துக்கொண்டு சென்றான்.

ஓடையில் நாணல்களைத் தழுவிச் சென்ற நீரின் சத்தம் சன்னமாய் எதிரொலிக்க, வேகமாய் வந்த ஒரு பறவை ஓடையில் முங்கி

மீனொன்றைக் கொத்திச் சென்றது. சருகுகளின் மீது சுருண்டு கிடந்த கட்டுவிரியன் காலடிச் சத்தம் கேட்டு அவசரமாகச் சீறி ஓடைக்குள் இறங்க, சக்கையன் அதனைப் பொருட்படுத்தாமல் காட்டுக்கோழியினைத் தேடினான். ஒரு முதிய மரத்தினடியிலிருந்த புதரில் குச்சியால் கிளறிப் பார்த்து ஏமாற்றத்தோடு அடுத்த இடத்தை நோக்கி நடந்தான்.

துப்பாக்கியில் மருந்தை நிரப்பிக்கொண்ட கண்ணன், சக்கையன் சென்ற திசைக்கு எதிர்த் திசையில் மெல்ல நடந்து சென்றான். அவனது முரட்டுத் தோல் செருப்பு எழுப்பிய சத்தம் கேட்டு மருண்ட பறவை மரத்திலிருந்து பறந்தது. பறவையின் சீற்றத்தைக் கண்டு கண்ணன் திரும்பிப் பார்த்த வேளையில் ஒரு கீரிப்பிள்ளை வேகமாக ஓடி மறைந்தது. கீரிப்பிள்ளையின் சத்தம் கேட்ட கண்ணன் துப்பாக்கியோடு பின்னால் ஓடினான். கோழியைத் தேடி ஓடியவன் கீரிப்பிள்ளையின் வாலைக் கண்டு ஏமாற்றமடைந்தான். சோர்வோடு அந்த இடத்திலேயே குத்தவைத்து அமர்ந்தவனை தூரத்திலிருந்து சக்கையன் கையசைத்துக் கூப்பிட்டான்.

அவர்கள் இருவரும் ஒரு பள்ளத்தில் படுத்தபடி காட்டுக் கோழிகளைப் பார்த்தார்கள். கண்ணன் தனது துப்பாக்கியால் குறிபார்த்துச் சுட ஆயத்தமானான். புதரைச் சுற்றிலும் காட்டுக் கோழிகள் இரைச்சலிட்டபடியே குதித்துக்கொண்டிருக்க கண்ணன் அந்தக் காட்டுக்கோழியில் ஒன்றைச் சுட குறி பார்த்தான். சக்கையன் ஆர்வமாக அவனையும் கோழிகளையும் பார்த்தான். கண்ணன் விசையை இழுத்த நேரத்தில் மலையிலிருந்து இறங்கிய காற்றில் சருகுகள் பறக்க, குறிதவறி அருகிலிருந்த மரத்தில் தோட்டா பாய்ந்தது. துப்பாக்கி வெடித்த சத்தம் கேட்டு சுதாரித்துக்கொண்ட கோழிகள் தப்பிப் பறந்தன. 'அடச்சை.' என ஆத்திரத்தோடு கண்ணன் துப்பாக்கியைத் தரையில் ஓங்கி அடிக்க, சக்கையன் அவனை ஏமாற்றத்தோடு பார்த்தான். கோழிகள் மேய்ந்த இடத்தில் சருகுகள் தெறித்து விழுந்தன.

உடலிலிருந்த மண்ணை கையால் தட்டிவிட்ட கண்ணனுக்கு வெக்கையில் உடல் கசகசத்தது. கழுத்தை இறுக்கியிருந்த சட்டையின் பட்டன்களை அவிழ்த்துவிட்டபடியே 'தண்ணி எதும் கொண்டாந்தியா சக்கையா?' எனக் கேட்டான். 'எங்க தம்பி.... நீ விறுவிறுன்னு வெளியேறினதப் பாத்து நானும் பின்னாடியே

வந்துட்டேன்… வாங்க ஓடையில எறங்கிக் குடிப்போம்…' என சக்கையன் அழைத்தான். இருவரும் சற்று தூரத்திலிருந்த ஓடையில் இறங்கி நீரருந்தியபோது சூரியன் மேற்கில் இறங்கிக் கொண்டிருந்தது.

தாகத்தில் அளவுக்கு அதிகமாய் ஓடை நீரைக் குடித்ததில் கண்ணனுக்கு உடல் சோர்ந்து போனது. மரத்தடியில் சட்டையைச் சுருட்டி தலைக்கு வைத்துக்கொண்டு அவன் படுத்துக்கொள்ள, சக்கையன் காட்டு இலந்தைகளைத் தேடிச் சென்றான். மரத்தின் குளிர்ச்சியில் சில நிமிடங்கள் கண்மூடிக் கிடந்தவனுக்கு வேட்டைத் துப்பாக்கியின் நினைவுவர, அதை அடைந்தே ஆகவேண்டுமென்கிற வேட்கை முன்னிலும் தீவிரமானது.

'இந்த ஊரு உலகமே மெச்சுப்போற அளவுக்கு ஒரு வேட்டக்காரனா ஆகி எங்கப்பன் மூஞ்சில கரியப் பூசணும்…' என நினைத்துக் கொண்டான். உருவத்திலும் உடலமைப்பிலும் கண்ணன் அவனது தந்தையை ஒத்திருந்தாலும் வீரணனுக்கு இருந்த மனோதிடம் இவனுக்கில்லை. காட்டை அறிந்துகொள்ள ஒருவன் அச்சத்திலிருந்து விடுபட வேண்டும். தனது உயிரைக் குறித்த அச்சத்திலிருந்து விடுபடும் ஒருவனால் மட்டுமே பிற உயிர்களைக் கொல்ல முடியும். வீரணன் தனது மகனுக்குக் கற்றுக்கொடுக்க நினைத்த இந்த உண்மையை உணரக்கூடிய மனநிலையில் அவன் இல்லை. 'தம்பி எந்திரிங்க… இதத் திங்கலாம்…' என சக்கையனின் குரலைக் கேட்டு எழுந்துகொண்ட கண்ணனுக்கு முன்னால் தேக்கு இலையில் காட்டு இலந்தைப்பழங்களும் நாவற்பழங்களும் இருந்தன. கண்ணன் இலந்தைப்பழங்களை வாயில் போட்டுக் கொண்டு கண் மூடினான். காட்டமான அதன் சுவை நாக்கில் மெல்லப் பரவியபோது மற்ற சிந்தனைகள் மறந்துபோயின.

ஓடையை ஒட்டியே ஒரு மைல் தூரம் நடந்து சென்றவர்கள் காட்டுக் கோழிகள் எதையும் பார்க்க முடியாமல் ஏமாற்றமடைந்தனர். தனது சவாலில் தோற்றுவிடுவோமோ எனத் தவித்துக்கொண்டிருந்த கண்ணனின் மனநிலையைப் புரிந்துகொண்ட சக்கையன், 'தம்பி பொழுது அடஞ்சிருச்சு… இனி கோழியச் சுட முடியாது… வாங்க நாம நாளைக்கி திரும்ப வருவோம்…' என்று சொல்ல, கண்ணன் பதிலின்றி அவனைத் தொடர்ந்து நடந்தான். ஊரை நோக்கிய பாதையில் சக்கையன் வேகமாக நடந்தபோது மாலை

நேரத்தின் செவ்வெளிச்சம் கொஞ்சம் கொஞ்சமாக மறையத் துவங்கியது.

ஒரு மணல் மேட்டில் ஏறி இறங்கியபோது முயலொன்று வேகமாக அவர்களைக் கடந்து ஓட, கண்ணன் அவசரமாக துப்பாக்கியைத் தயார் செய்தான். முயல் சற்று தூரத்தில் ஒரு மேட்டில் நின்று அவர்களைத் திரும்பிப் பார்க்க, கண்ணன் துப்பாக்கியில் மருந்தை நிரப்பினான். முயலின் காதுகள் விடைத்துக்கொண்டன. சக்கையனுக்கு கழுத்தில் வியர்த்துக் கொட்டியது, மூச்சுவிடாமல் கண்ணனின் நடவடிக்கைகளைப் பார்த்துக்கொண்டிருந்தான். கண்ணன் குறிபார்த்தபோது முயலின் வால் மட்டும் ஆடிக் கொண்டிருந்தது. அதன் கண்கள் இங்கும் இங்குமாய் அலைந்து எந்தத் திசையில் தாவலாம் எனப் பார்த்துக்கொண்டிருக்க, கண்ணன் விசையை அழுத்தினான். துப்பாக்கியின் சத்தம் கேட்பதற்கு முன்பாகவே முயல் தெறித்து காட்டிற்குள் ஓட, கண்ணன் ஏமாற்றத்தோடு சக்கையனைப் பார்த்தான்.

★★★

களைப்பும் சோர்வும் மிகுந்த உறங்காத விழிகளோடு கண்ணன் அடுத்த நாள் காலையில் சக்கையனைத் துணைக்கழைத்துக் கொண்டு மீண்டும் காட்டுக்கோழியை வேட்டையாடக் கிளம்பினான். முந்தைய தினமிருந்த ஆவேசங்கள் கரைந்துபோய் நடையில் உறுதியும் நம்பிக்கையும் கூடியிருந்தது. சுட்ட இறைச்சியையும் தாகத்திற்கு நீரையும் சுமந்துகொண்டு பின்னால் தொடர்ந்து வந்த சக்கையனின் தலைக்குமேல் தும்பிகள் ரீங்காரமாய்ப் பாடிக்கொண்டு பறந்தன. காற்றின் வேகத்தையும் தும்பிகளின் ரீங்கரிப்பையும் கண்ட சக்கையன், 'இன்னிக்கி மழ வரும் தம்பி' என கண்ணனுக்குக் கேட்கும்படியாகச் சொன்னான்.

வேட்டையைத் தவிர்த்து வேறெதிலும் அக்கறையில்லை என்கிற முடிவோடு நடந்த கண்ணன் நேற்றுச் சென்ற திசைக்கு எதிர்த்திசையில் நடந்தான். நேற்றிரவு காட்டில் மழை பெய்திருக்க வேண்டும், ஓடையில் நீரின் சலசலப்பு அதிகரித்திருந்தது. கண்ணன் தனது செருப்புகளைக் கழற்றிவிட்டு வெற்றுக் காலுடன் நடந்தான். தூரத்தில் ஓடைக்கரையிலேயே உயரமானதொரு புத்துமேடு தெரிந்தது. புத்துமேட்டைச் சுற்றி காட்டுக்கோழிகள் மேய்ந்துகொண்டிருந்தன. கண்ணன் தனது துப்பாக்கியில் மருந்தை நிரப்புவதைக் கவனித்த சக்கையன் அவனைத் தொந்தரவு செய்ய வேண்டாமென்கிற முடிவோடு தூரமாக நின்றுகொண்டான். பதற்றமோ தடுமாற்றமோ இல்லாமல் நிதானமாக கோழிகளில் ஒன்றை நோக்கிக் குறி வைத்தான். அடுத்தடுத்து இரண்டு முறை துப்பாக்கி வெடித்து அடங்க, சக்கையன் வேகமாக புத்துமேட்டை நோக்கி ஓடினான். புழுதி அடங்க சில நொடிகள் பிடித்தன. மேட்டைச் சுற்றி சருகுகள் பறக்க, இரண்டு கோழிகள் கொல்லப்பட்டுக் கிடந்தன. சக்கையன் இரண்டு கோழிகளையும் உற்சாகமாகத் தூக்கிக் கொண்டு கண்ணனை நோக்கி ஓடிவந்தான்.

பண்ணை வீட்டின் வராந்தாவிலிருந்த மேசையில் வேட்டையாடப்பட்ட கோழிகள் ரத்தம் உறைந்த நிலையில் கிடக்க, வீரணனும் விருந்தினர்களும் உற்சாகமாகப் பார்த்துக் கொண்டிருந்தனர். வீரணனுக்குத் தனது மகனை நினைத்து பெருமிதமாக இருந்தது. 'கெட்டிக்காரண்டா நீயி... ரெண்டாவது நாளையிலயே சரியா சுட்டுட்ட... இனிமே எங்கூட வேட்டைக்கி வாரப்போ நீயும் வேட்டையாடலாம்...' என்றார். சவாலில்

வென்ற மகிழ்ச்சியில் கண்ணன் அங்கிருந்த மது போத்தலிலிருந்து கொஞ்சம் மதுவை ஊற்றிக்கொண்டான். சடாரென அவனிடம் தொற்றிக்கொண்ட பெரிய மனுஷத்தனத்தை மற்றவர்கள் ஒரு வேடிக்கையாகப் பார்த்தார்கள்.

கான்ஸ்டபிள் ஒருவர் சைக்கிளை நிறுத்திவிட்டு அவசரமாகப் படியேறி வந்தார். மேசையிலிருந்த கோழிகள் சுத்தம் செய்யப்பட, ஆட்கள் தங்களது வேலைகளைக் கவனிக்க நகர்ந்து சென்றனர். தனிக்கொடி மட்டும் வீரணனுக்கு அருகிலேயே நின்றிருந்தார்.

'வாய்யா என்ன இம்புட்டு தூரம்?' என்று கேட்ட ஜமீனுக்கு வணக்கம் வைத்த கான்ஸ்டபிள், 'ஐயா அந்த கலெக்டர் நிகழ்ச்சியப் பத்தி சொல்லி இருந்தேன்ல... அது நாள மறுநாளுன்னு முடிவாகியிருக்கு' என்றார்.

முத்தையா உள்ளேயிருந்து ஒரு பித்தளைச் சொம்பில் தண்ணீர் எடுத்து வந்து கான்ஸ்டபிளுக்குக் கொடுக்க, அவர் வாங்கிக் குடித்தார். நீண்ட தூரம் சைக்கிள் ஓட்டி வந்த களைப்பு அவர் தண்ணீர் குடித்த வேகத்தில் தெரிந்தது.

'செரி... யார் யாரு வருவா? எம்புட்டு நேரம் இருக்கணும்...?' என வீரணன் கேட்க, சொம்பை முத்தையாவிடம் திருப்பிக் கொடுத்த கான்ஸ்டபிள் 'ஐயா கலெக்டரு, டி.எஸ்.பி, அப்பறம் அவங்க ஆளுக... ஊர்ல இருக்க முப்பது குடும்பத்துக்கு வீட்டுக்கு ஒரு மாடுன்னு குடுக்கப் போறாக... நாம காலம்பற ஒரு எட்டு ஒம்போது மணிக்கு ஆரம்பிச்சம்னா ஒரு மணி நேரத்துல முடிச்சிக்கலாம்...' என்று சொல்லி முடித்தார். தனது ஜிப்பாவின் பையிலிருந்து சுருட்டு ஒன்றை எடுத்துப் பற்றவைத்துக் கொண்டு வீரணன் நிதானமாக புகையை உள்ளே இழுத்துக்கொண்டார்.

'செரி... நான் நம்ம பள்ளிக்கூடத்துலயே எல்லா ஏற்பாட்டையும் பண்ணச் சொல்றேன். நீ இருந்து சாப்பிட்டுப் போ,' என்று சொல்லிவிட்டு வீட்டிற்குள் சென்றார்.

★★★

பள்ளிக்கூடம் களைகட்டியிருந்தது. ஊர் மக்கள் அதுவரையிலில்லாத மகிழ்ச்சியில் கூடியிருந்தனர். வண்ணக் காகிதங்களாலான தோரணங்கள் வளாகம் முழுக்கத் தொங்கவிடப்பட்டிருக்க, கலெக்டர், டி.எஸ்.பி தாசில்தார் உட்பட முக்கியஸ்தர்கள் வந்திருந்தனர். தற்காலிகமாக உருவாக்கப்பட்டிருந்த மேடையில் அவர்களுக்கு சிறப்பான வரவேற்பு கொடுக்கப்பட்டிருந்தது. மேடையில் முக்கியஸ்தர்களோடு வீரணன் அமர்ந்திருக்க, கீழே அவரது குடும்பத்தினர் புது உடையணிந்து பகட்டாகக் காட்சியளித்தனர். ஜமீன் வீட்டில் தயாரிக்கப்பட்ட பானகத்தைத் தனிக்கொடி முக்கியஸ்தர்களுக்குக் குடிக்கக் கொடுத்தார்.

பஞ்சாயத்துத் தலைவர் ராமராஜு எல்லோரையும் பொதுவாக வரவேற்றபின் மாவட்ட ஆட்சியரை உரையாற்ற அழைத்தார். ஊர்க்காரர்களுக்கு வணக்கம் வைத்துவிட்டு ஆட்சியர் உரையாற்றத் துவங்கினார்.

'கிராமங்கள்தான் நம்ம நாட்டோட முதுகெலும்புன்னு காந்திஜி சொல்லி இருக்காரு. அவர் வாக்கு உண்மைன்னு நம்பறதாலதான் நம்ம சர்க்காரும் கிராமப்புற மக்களுக்கு எல்லாவிதமான நலத்திட்டங்களும் கிடைக்கணும்னு விரும்புது. ஒவ்வொரு கிராமத்துக்கும் தேவையான அடிப்படை வசதிகள இனிமே கிராமப் பஞ்சாயத்தின் வழியா நேரடியா மக்களுக்குப் பயனடையற மாதிரி செய்யப்போறோம். அதுக்குத் தொடக்கமாத்தான் வெளிநாட்டு மாடுகள இங்க வரவழைச்சு அந்த மாடுகளோட சேத்து கலப்பினங்கள் உருவாக்கப்போறோம். நம்ம மாடுகலாம் ரெண்டு லிட்டர் பாலுதான் குடுக்கும். ஆனா புதுசா வர்ற இந்த சீமப்பசு எல்லாமே பத்துப் பன்னெண்டு லிட்டர்னு தெனம் பால் குடுக்கும். அடுத்த அஞ்சு வருசத்துல விவசாயத்துலயும் மாடு வளர்ப்புலயும் பெரிய மாற்றத்த நாம பாக்கப் போறோம்...' என அவர் உற்சாகமாகப் பேசிக்கொண்டிருக்க ஊர்மக்கள் புரிந்தும் புரியாமல் கேட்டுக்கொண்டிருந்தனர்.

எப்போது பேசி முடிப்பாரென வேண்டா வெறுப்பாகப் பார்த்துக் கொண்டிருந்த வீரணன், மாடுகள் குறித்துச் சொன்னபோது, ஊர்மக்களின் முகங்களிலிருந்த ஆர்வத்தைக் கவனிக்கத் தவறவில்லை.

மாவட்ட ஆட்சியர் பேசியமர்ந்தபின் கையில் ஒரு காகிதத்தோடு வந்த பஞ்சாயத்துத் தலைவர், 'நம்ம ஊருல வீட்டுக்கு ஒரு மாடுன்னு முடிவாகி இருக்கு. இப்ப நான் வரிசையா பேர வாசிக்கிறேன். குடும்பத் தலைவர்கள் வந்து ரேக வெச்சுட்டுப் போங்க...' என எல்லோரையும் பார்த்துச் சொல்லிவிட்டு, பெயர்களை வாசிக்கத் துவங்கினார். 'சுப்புராசு மகன் கொண்டலு... பவளக்கொடி மகென் ராமரு, சுந்தரம் மகென் குமாரு...' என அவர் ஒவ்வொரு பெயராக வாசிக்க, கீழே மக்கள் கூட்டத்திலிருந்து சம்பந்தப்பட்டவர்கள் மேடையேறி வந்தார்கள். மாவட்ட ஆட்சியருக்கு வணக்கம் வைத்துவிட்டு மறக்காமல் ஜமீனின் காலில் விழுந்து ஆசிர்வாதம் வாங்கியபின் அதிகாரிகள் காட்டிய காகிதத்தில் கைரேகை வைத்தார்கள். மேடையில் அந்தச் சடங்குகள் முடிந்து கைரேகை வைத்தவர்களோடு மாவட்ட ஆட்சியர் உட்பட பிரமுகர்கள் புகைப்படம் எடுத்துக்கொண்டனர்.

விழா முடிந்து அரசு அதிகாரிகள் அங்கிருந்து கிளம்பியபின் ஊர் மக்களிடமிருந்த ஆரவாரம் கொஞ்சம் கொஞ்சமாகக் குறையத் துவங்கியது. வீரணனின் குடும்பத்தினர்கள் ப்ளைமவுத் காரில் ஏறிச்செல்ல, அவர் மட்டும் தனது ஜீப்பின் முன்னால் நின்று சுருட்டு புகைக்கத் துவங்கினார். தங்களுக்கு வழங்கப்பட்ட மாடுகளை நெருங்கிச் சென்று பார்க்க ஊர்க்காரர்கள் துடித்தனர். அவர்களது முகங்களைப் பார்க்க விருப்பமில்லாதவராக வீரணன் 'எலேய் கொடி... மாடுக எல்லாத்தையும் சூதானமா பத்திட்டுப் போயி நம்ம பண்ணையில கட்டிரு...' என உத்தரவிட்டார்.

தனிக்கொடி உட்பட ஊர்க்காரர்கள் பேச்சற்றுப்போய்ப் பார்க்க, 'என்னய்யா கேதவீட்டுல நிக்கிற மாதிரி நிக்கிறீங்க... எல்லாருக்கும் மாடு வளத்து பால் காபி குடிக்கணுமா? இதுக்கு தீவனம் போட்டு கட்டுப்படியாகுமா உங்களுக்கு...? போங்க போயி சோலிகளப் பாருங்க. ஆளுக்கு நூறு ரூவா குடுக்கச் சொல்றேன்...' என்று சொல்லிவிட்டு வீரணன் ஜீப்பில் ஏறிக்கொண்டார். ஊர்க்காரர்கள் ஏமாற்றத்தோடு கலைந்து செல்ல பஞ்சாயத்துத் தலைவர் அவசரமாக ஓடிவந்தார். 'பாவா... நம்ம வீட்டுல மொத்தமாவே நாலு மாடுதான் இருக்கு. ரெண்டு சீமப்பசுவ குடுத்திங்கன்னா நல்லாருக்கும்...' என வேண்டி நிற்க, வீரணன் 'சரி பத்திட்டுப் போ...' என்று சொல்லிவிட்டு ஜீப்பைக் கிளப்பினார்.

ஜீப் அங்கிருந்து கிளம்ப தனிக்கொடியும் வீரணனின் வேலையாட்களும் மாடுகளை வேண்டாவெறுப்பாக அவிழ்த்துக் கொண்டு பத்திச் சென்றனர். ஊர் மக்களில் சிலர் தங்களது கையாலாகாத்தனத்தை நினைத்து வேதனைகொண்டனர், ‘இவய்ங்களுக்குப் போகும் காலம் வரமாட்டேங்குதே கருப்பசாமி...’ என சிலர் சபித்தனர். நீண்ட காலமாகப் பார்த்துப் பழக்கப்பட்டவர்கள் எந்தச் சொரணையுமில்லாமல் தங்களது வீடுகளை நோக்கி நடந்தார்கள். ஒரு பெரியவரும் அவரது மகனும் மட்டும் ஆத்திரம் அடங்காமல் கத்திக்கொண்டிருக்க, சிலர் அவர்களை சமாதானப்படுத்த முயன்றனர்.

‘எலேய் செவனேன்னு போடா... நாம எதுத்து நின்னா மட்டும் எல்லாம் சரியாப் போயிருமா?...’ ஒரு முதியவர் அந்த இளைஞனை ஆறுதல் படுத்த முயல, ஆத்திரம் குறையாத அந்த இளைஞன் ‘இப்பிடியே எத்தன காலத்துக்கு பயந்து சாகப்போறீங்க... இந்தவாட்டி இவய்ங்கள நான் விட்றதா இல்ல... ரெண்டுல ஒண்ணு பாக்கதான் போறேன்...’ என ஆவேசமாகச் சூளுரைத்துவிட்டு கூட்டத்தை விலக்கி நடந்தான்.

அன்றிரவு ஊரடங்கியபோது, பெண்கள் வீடுகளிலும் ஆண்கள் மந்தையிலும் உறங்கிக்கொண்டிருந்தனர். நீண்ட வெயில் காலம் முடிந்து காற்றில் குளுமை சேர்ந்திருந்தது. ஆந்தையொன்று மரத்திலிருந்து மந்தையில் உறங்கிக்கொண்டிருப்பவர்களைப் பார்த்துக்கொண்டிருக்க, படுத்திருந்த ஆட்களிலிருந்து ஒரு உருவம் மட்டும் எழுந்து அரவமின்றி ஊரெல்லையை நோக்கி நடந்து சென்றது. மேகத்தை விலக்கி நிலா வெளி வந்தபோது அந்தச் சிறிய வெளிச்சத்தைப் பற்றிக்கொண்டு அந்த உருவம் வேக வேகமாக ஊரெல்லையைத் தாண்டிப் போனது.

★★★

இரவு மந்தையில் உறங்கிக்கொண்டிருந்த மூக்கையாவின் மகனைக் காணவில்லை என விடிகாலையிலேயே ஊர் பரபரப்பானது. மூக்கையாவும் அவரது மகளும் தலையிலும் மாரிலுமாய் அடித்துக் கொண்டு அழுதனர்.

'அத்தன பேரு முன்னால ஆத்தரத்துல வார்த்தைய விடாதடான்னா எங்க கேட்டான்... கூட்டத்துல நாலு பேரு நல்லவனா இருப்பான், நாலு பேரு கெட்டவனா இருப்பான்... எவென் போயி எங்க சொன்னான்னு தெரியல... இந்தப் பயல என்ன செஞ்சாய்ங்கன்னு தெரியலையேய்யா...' என ஒருவர் முனக, காணாமல் போன இளைஞனின் வயதையொத்த வாலிபனொருவன் 'யோவ் அவென் நம்ம எல்லாருக்காகவும் தான் பேசினான். நாமதான் அவனத் தேடிக் கண்டுபிடிக்கணும்... ஊரச் சுத்தித் தேடிப் பாப்போம்... கெடைக்கலையின்னா நேரா ஜமீன் வீட்டுல போயி விசாரிப்போம்...' என கொஞ்சம் சத்தமாகச் சொல்ல அவனது அம்மா அவன் முதுகில் வலுவாக ஒரு அடி வைத்தாள்.

'எலேய் தூமியக்குடிக்கி... நீயும் சாகணுமா... பேசாம பொச்சப் பொத்திட்டு இரு... பெரியாளுக பேசி ஒரு முடிவெடுக்கட்டும்...' எனச் சத்தம் போட அடிவாங்கிய இளைஞன் தனது தாயை முறைத்துவிட்டு அங்கிருந்து விலகிச் சென்றான்.

ஊர் மக்களின் பரபரப்பு அடங்குவதற்கு முன்பாகவே போலிஸ் ஜீப் ஒன்று மந்தையை நோக்கி வேகமாக வந்தது. மக்கள் நின்ற இடத்திற்குச் சற்று முன்பாகவே நிறுத்தப்பட்ட ஜீப்பிலிருந்து இறங்கிய இன்ஸ்பெக்டர் எல்லோரையும் ஒருமுறை பார்த்தார். அந்த ஜீப் வந்த சில நிமிடங்களிலேயே வீரணனின் ஜீப்பும் மந்தையை நோக்கி வர, என்ன நடக்கிறதெனப் புரியாமல் மக்கள் குழப்பத்தோடு பார்த்தனர்.

ஜீப்பை நிறுத்திவிட்டு வீரணனும், கண்ணனும் இறங்கிவர, அவர்களுக்கு வணக்கம் வைத்து இன்ஸ்பெக்டர் பின்னால் நின்ற கான்ஸ்டபிளிடம் கையைக் காட்டினார். இரண்டு கான்ஸ்டபிள்கள் போலிஸ் ஜீப்பின் பின் கதவைத் திறந்து மூக்கையாவின் மகனை இழுத்துக் கீழே போட்டனர். மூக்கையாவும் அவனது மகளும் 'ஐயோ என் சாமி...' எனக் கதறியபடி அந்த இளைஞனிடம் ஓடிவந்தனர். மயக்கத்திலிருந்த இளைஞனின்

கண்கள் பாதி திறந்திருந்தன. ஒருவன் மண்குவளையில் தண்ணீர் எடுத்துக்கொண்டு வர, ஏய் என வீரணன் சத்தம் போட்டார். சப்தநாடியும் ஒடுங்கிப்போய் நின்றவனின் கையிலிருந்து தவறி விழுந்த மண் குவளை உடைந்து நொறுங்கியது.

'ஐயா... நல்லவேள தூரமா எங்கியும் போகாம என் ஸ்டேஷன்ல வந்து கம்ப்ளைண்ட் குடுத்தாய்ங்க... நீங்களே பாத்து முடிச்சு விட்றுங்க... நான் கெளம்பறேன்...' என்று சொல்லிவிட்டு இன்ஸ்பெக்டர் தனது ஜீப்பில் ஏறப்போக வீரணன், கண்ணனைப் பார்த்தார். ஒரு செய்தித்தாளில் ரூபாயைச் சுற்றி கண்ணன் இன்ஸ்பெக்டரின் கைகளில் கொடுத்தார். போலிஸ் ஜீப் அங்கிருந்து புழுதி கிளப்பியபடி சென்றது.

சூழலின் தீவிரத்தைப் புரிந்துகொண்ட தனிக்கொடி 'ஐயா எதுவா இருந்தாலும் பேசிக்கலாம் அவசரப்பட்றாதீங்க...' என வீரணனை அமைதிப்படுத்த முயன்றார். ஆத்திரத்தோடு திரும்பிய வீரணன் 'இந்தக் கஞ்சிக்குச் செத்த நாயிகிட்ட நான் பஞ்சாயத்து பேசணுமா... ம்ம்ம்...' என சத்தம்போட அதற்குமேல் எதிர்க்கும் துணிவின்றி தனிக்கொடி விலகிக்கொண்டார்.

தனது மகனிடமிருந்து அவசரமாக எழுந்து வந்த மூக்கையா வீரணனின் காலைப் பிடித்துக்கொண்டார். 'ஐயா என் புள்ளைய எதுவும் செஞ்சிராதிங்கய்யா... சின்னப்பய தெரியாம செஞ்சிட்டான்... என் புள்ளைய விட்றுங்கய்யா...' என கதறினார். அவரது மகளும் கையெடுத்துக் கும்பிட்டபடி 'சாமி என் தம்பிய விட்றுங்க சாமி...' என கெஞ்சியழ, வீரணன் அந்தக் கதறல்களையெல்லாம் பொருட்படுத்தாமல் மூக்கையாவின் நெஞ்சில் ஓங்கி உதைத்தார். தந்தையைத் தாங்கிப் பிடிக்க மகள் ஓடிவர அவளுக்கும் உதை விழுந்தது. தந்தை மகள் இருவரும் கும்பிட்ட கையை விலக்காமலேயே உதைவாங்கிக் கொண்டிருந்தனர். என் புள்ளைய விட்றுங்கய்யா... என மூக்கையாவின் கதறல் ஓய்வதாக இல்லை.

ஊர விட்டு ஓடிப்போன நாயி... அப்பிடியே போயிருந்தா மயிரே போச்சுன்னு விட்றுப்பேன்... எம்புட்டு மப்பு இருந்தா போலிஸ்காரன் கிட்ட போயி நெலத்த எல்லாம் குடுக்கற மாதிரி குடுத்துட்டு அவரே அனுபவிக்கிறாருன்னு சொல்லி

இருப்ப... த்தூ... பிச்சக்கார நாயிகளா... இந்த ஊரு மட்டுமில்ல... சுத்தி இருக்க முப்பது ஊரும் காடு மலையும் எங்க பாட்டன் பூட்டன் சொத்து... இந்தக் கேடுகெட்ட அரசாங்கம் சட்டம் போட்டுட்டானேன்னுதான் உங்களுக்கு பங்கு பிரிச்சுக் குடுத்தேன்... அதுல நோகாம நீங்க அனுபவிக்கணுமா...' எனக் கத்தினார். அவரது ஆத்திரம் அடங்குவதாக இல்லை.

மயக்கம் தெளிந்து கண் திறந்து பார்த்த மூக்கையாவின் மகன் 'எப்பா, அவென் காலப் பிடிக்காதப்பா... மானத்தோட வாழணும்... இல்லன்னா செத்துப் போயிரணும்...' என சத்தமாகக் கத்த, வீரணன் அவர்கள் இருவரையும் உதைப்பதை நிறுத்தினார். நடக்கப்போகும் விபரீதத்தை நினைத்து ஊர்க்காரர்களுக்கு நடுக்கமெடுத்தது. மிச்சமிருந்த உயிரைக் கையில் பிடித்துக்கொண்டு எழுந்து நின்ற அந்த இளைஞன், வீரணனைக் கொன்றுவிடும் ஆத்திரத்தோடு பார்த்தான். "யோவ் நீ ஒண்ணும் எங்களுக்குப் பிச்ச போடல... அது எங்களோட உரிம... உங்க தாத்தனும் பாட்டனும் எப்பிடியெல்லாம் எங்க தாத்தன் பாட்டன சுரண்டித் தின்னீங்கன்னு பாத்துட்டு வெள்ளக்காரன் போறப்போ எங்களுக்காக விட்டுட்டுப் போனது...' நடுங்கும் உடலோடு சொன்னவனைப் பார்த்த வீரணன் சிரித்தார்.

'தாயோலி, 'எங்க இருந்துடா ஒனக்கு இம்புட்டு துணிச்சல் வந்துச்சு... எதுத்துப் பேசற... என் சுன்னி மசுருக்கு ஆக மாட்ட... நீயெல்லாம் குரல உசத்திப் பேசற.... ம்...' என்றபடியே திரும்பி கண்ணனிடம் 'கண்ணா சாட்டைய எட்றா...' என உத்தரவிட்டார். கண்ணன் ஓடிப்போய் ஜீப்பிலிருந்து சாட்டையை எடுத்து வர மூக்கையாவும் அவரது மகளும் முன்னிலும் சத்தமாக அலறினார்கள்.

கையில் சாட்டையோடு வந்த கண்ணனிடம் 'அவன அடிச்சு முதுகுத் தோல உரிடா...' என்று வீரணன் சொல்ல கண்ணன் அவரையும் அந்த இளைஞனையும் மாறி மாறிப் பார்த்தான்... சுற்றிலுமிருந்த ஊர்க்காரர்களின் கண்களிலிருந்த அச்சம் அவனைத் தடுமாறச் செய்தது.

தந்தை சொன்னதைச் செய்வதா வேண்டாமா என்கிற குழப்பத்திலிருந்தவனை 'உன்னயத்தாண்டா சொன்னேன்

மயிராண்டி… அடிரா அவன…' என வீரணன் ஆக்ரோஷமாகக் கத்த, நடுக்கத்தில் கண்ணனின் கையிலிருந்து சாட்டை தவறி விழுந்தது. ஆத்திரத்தில் கண்ணனை ஓங்கி அறைந்த வீரணன் கீழே கிடந்த சாட்டையை எடுத்து முதலில் மூக்கையாவையும் பிறகு அவரது மகனையும் மூர்க்கமாக அடிக்கத் துவங்கினார்.

ஒவ்வொரு முறையும் சாட்டை சுழன்று திரும்பும்போதெல்லாம் அந்த இளைஞனின் உடலிலிருந்து குருதி தெறித்தது. அத்தனை வேதனைகளையும் உள்வாங்கிக்கொண்டு வலியைக் காட்டிக் கொள்வதில்லையென அவன் உறுதியோடிருந்தான். அவனது உறுதி ஜமீனை அதிகமாக ஆத்திரப்பட வைத்தது. ஆத்திரமடங்கி அவர் ஓயும் முன்பாகவே அந்த இளைஞன் சுருண்டு விழுந்தான். தனது கையிலிருந்த சாட்டையைத் தூக்கி எறிந்த வீரணன், அந்த இளைஞனின் முகத்தில் காறி உமிழ்ந்தார்.

தலையை உயர்த்தி அவரைப் பார்த்த அந்த இளைஞன் "உன்னய யாருமே எதுத்து நிக்க முடியாதுன்னு நெனைக்காத… உன்னயப் பாத்து பயந்து ஒளியற இதே ஊரு ஒருநாள் எதுத்து நிக்கும்… அன்னிக்கி நீ ஒளியக்கூட இடமில்லாம ஓடுவ…' என்று சொல்ல, அவன் குரலிலிருந்த வெறுப்பையும் வெறியையும் கண்ட வீரணன் நிதானமாக ஜீப்பிற்குச் சென்று தனது கத்தியை எடுத்து வந்தார். அந்த இளைஞனின் நெஞ்சில் ஓங்கி மிதித்தவர் குனிந்து அவனது குரல்வளையை இறுக்கினார். வலியில் அவனது நாக்கு வெளியேற, அதை இறுக்கிப் பிடித்து கத்தியால் அறுத்துத் துண்டாக்கினார். துண்டான நாக்கைத் தூக்கியெறிய அது தூரமாய்ச் சென்று விழுந்தது. ஊர்க்காரர்கள் உறைந்துபோய் பார்க்க, அழுது அரற்றிய மூக்கையாவும் மயங்கிப்போனார். நாக்கு அறுபட்டபின்னும் அந்த இளைஞன் மூர்க்கமாய் ஒலி எழுப்பினான். பிசாசொன்று உயிர்கொண்டது போல் அந்த இளைஞனின் குரல் ஊரை எழுப்பியது. காட்டை எழுப்பியது. மண்ணையும் மலைகளையும் எழுப்ப, வானம் மிரண்டு மின்னல் வெட்டி தூறல் விழுந்தது. வீரணன் கத்தியை அந்த இளைஞனின் நெஞ்சில் ஆழமாக இறக்கினார்.

கண்ணனுக்கு அன்றுதான் ரத்தத்தின் முதல் சுவை தெரிந்தது…. அதுதான் அதிகாரத்தின் சுவையெனப் புரிந்துகொண்டான். நம்மகிட்ட இருக்க பயம் போகணும்னா நம்மளப் பாத்து

மத்தவனுங்க பயப்படணும்... அன்று அவன் கற்றுக்கொண்ட பாடம்... ஒவ்வொரு மிருகத்துக்கும் ஒரு குணம் உண்டு, புலிக்கு இரை கிடைக்கவில்லை என்பதற்காக அது செடியையும் புல்லையும் தின்பதில்லை... காத்திருந்தேனும் இன்னொரு மிருகத்தை மட்டுமே வேட்டையாடும்.... அதுதான் வேட்டையின் தர்மம்....

பகுதி – 4

ஒரு கனவைப் போல கடந்துபோயிருந்த நூறு வருடங்களில் காட்டில் எல்லா திசைகளிலும் பேய்கள் குதியாட்டம் போடத் துவங்கின. ஒரு ஊர் நான்கு ஊர்களானது, நான்கு பதினாறாகியது. ஒவ்வொரு ஊரிலும் விவசாயத்தை நம்பி வாழ வந்த மக்கள் காட்டைத் திருத்தி விளைநிலமாக்கினார்கள். வயிற்றைக் கிழித்துப் பிள்ளையை எடுத்துக்கொண்ட வேதனையில் பளியர்களும் எல்லாவற்றையும் பார்த்துக்கொண்டிருக்க, புதிய பயிர்கள் அந்த நிலங்களில் விளையத் துவங்கின.

நூறு முழு நிலவு நாட்களைக் கடந்தபின் அந்தக் காட்டில் புதிய தெய்வங்களும் பண்டிகைகளும் குடியேறியபோது, வனதேவாதிகள் பிசாசுகளாக மாறிச் சுற்றினார்கள். கைவிடப்பட்ட பிசாசுகளின் ஓலம் மரங்களையும் மலைகளையும் வேதனையில் ஆழ்த்தியது. மேல் மலையில் இரண்டு ஆள் உயரத்திற்குப் புதிய காலடித் தடங்களைப் பார்த்ததாகச் சிலர் ஜமீனிடம் அச்சத்தோடு சொன்னபோது எல்லாம் பிசாசுகளின் வேலை என்று சொன்னவர் வீரபாண்டியிலிருந்து பேயோட்டுபவரை வரவழைத்து பேயோட்டச் செய்தார்.

மூன்று இரவுகள் தொடர்ந்து உறக்கமின்றி, பேயோட்டி உடுக்கையடித்துக் கொண்டிருந்தான். உடுக்கையொலியில் மரங்கள் செவிடாகின, பறவைகள் மருண்டு வேறு திசையினை நோக்கி இடம்பெயர்ந்தன. மிருகங்கள் இந்தக் காட்டை கைவிட்டு

மலையின் இன்னொரு பக்கமாகச் சென்றுவிட, பிசாசுகளாகிவிட்ட தங்களது தெய்வங்களைக் கைவிடும் துணிச்சலின்றி பளியர்கள் மட்டும் உயிரைக் கையில் பிடித்துக் கொண்டு அமைதி காத்தனர். உடுக்கையொலியின் சத்தம் நின்றபோது பெருமழை பெய்து காட்டு ஓடைகளில் வெள்ளம் கண்டது.

ஒவ்வொரு இரண்டு வருடமும் நிலத்தைச் சீர்செய்து பயிரிடும் பளியர்கள் அந்த இரண்டு வருடங்கள் நிலத்தைச் சுற்றி தங்களது குடிலை அமைப்பார்கள். அடுத்த இரண்டு வருடத்திற்கு அந்த நிலத்தைக் கைவிட்டு வேறு நிலத்திற்குச் செல்வார்கள். ஒரு நிலத்திற்குத் திரும்பி வர, குறைந்தபட்சம் பதினான்கு வருடங்களாகும். பல நூற்றாண்டுகளாக இந்தக் காட்டை அப்படித்தான் செழிப்போடு வைத்திருந்தனர். சமவெளி மனிதர்கள் காட்டை ஆக்ரமித்தபின் இந்தச் சுழற்சிமுறை ஒழிந்து ஓரேயிடத்தில் வாழவேண்டிய நிர்ப்பந்தம் அவர்களுக்கு ஏற்பட்டது.

சில வருடங்களுக்குப்பின் சமவெளி மனிதர்களுக்கும் பளியர்களுக்குமான பரிமாற்றங்கள் துவங்கியபோது அந்தக் காட்டில் புதிய வாழ்க்கை தளிர்விட்டது. பளியர்கள் காட்டுக் கிழங்குகளையும் தேனையும் வெவ்வேறு வாசனாதி பொருட்களையும் சமவெளி மனிதர்களோடு பகிர்ந்துகொண்டு தங்களுக்குத் தேவையானதை வாங்கிக்கொண்டனர். திருத்தப்பட்ட ஜமீன் நிலங்களில் வேலைசெய்ய ஏராளமான ஆட்கள் தேவைப்பட்டதால் பளியர்களும் விவசாயக் கூலிகளாக அழைத்து வரப்பட்டார்கள். நிலத்திற்கும் அவர்களுக்குமான உறவு கொஞ்சம் கொஞ்சமாக ஒழிந்து தங்களது சொந்த நிலங்களில் அடிமைகளாக்கப்பட்ட அந்த மக்கள் தேராடி சொன்ன நூறு வருடங்கள் கடந்துபோகட்டுமெனக் காத்திருந்தனர்.

ஓர் ஆடி மாதத்தில் தேன் எடுக்கச் செல்லும் முன் செகப்பி வனதேவதைக்கு பூசை செய்தாள். அவளோடு பளியக்குடியைச் சேர்ந்த இன்னும் சில இளம் பெண்களும் இருந்தனர்.

‘எந்தெந்தப் பூவுல தேனு மணக்குது
செவ்வாழப் பூவுல தேனு மணக்குது
எந்தெந்தப் பூவுல தேனு மணக்குது
செவ்வந்திப் பூவுல தேனு மணக்குது

எந்தெந்தப் பூவுல தேனு மணக்குது
ஆவாரம் பூவுல தேனு மணக்குது
எந்தெந்தப் பூவுல தேனு மணக்குது
நீலக்குறிஞ்சியில தேனு மணக்குது.'

என பாடலைப் பாடியபடியே மஞ்சள், பச்சைப் பூ, மஞ்சள் இவற்றை சாமிக்கல்லின் முன்னால் வைத்து வழிபட்டவர்கள் உடலில் தனுத்திப் பச்சிலையைப் பூசிக்கொண்டபின் நீண்ட குச்சிகளோடு காட்டுப் பாதையில் நடந்தனர். இந்தப் பருவத்தில் தான் அபூர்வமான பூந்தேன் கிடைக்குமென்பதால் காட்டில் எப்போதுமே ஆடி மாதம் விசேசமான காலம். முன்பே பார்த்து வைத்திருந்த மரத்தை அடைந்தபோது நீளமான குச்சியில் ஒருத்தி துணி சுற்றினாள்.

செகப்பி ஒரு மரத்தை வேகமாகக் கடைந்து நெருப்பை உண்டாக்கினாள். துணியை அந்த நெருப்பில் பற்றவைத்தபின் புகை வருமளவிற்கு நெருப்பைக் காட்டிவிட்டு குச்சியை மட்டும் தனியாக எடுத்துக்கொண்டு மரத்தை நோக்கிச் சென்றனர். தேனடையை நோக்கிக் குச்சியை உயர்த்த தேனீக்கள் கூட்டமாக அங்கிருந்து பறந்துன. கோணியால் முக்காடு போட்டு அமர்ந்து கொண்டவர்கள் சில நிமிடங்களுக்குப்பின் எழுந்து தேனைத் தட்டி எடுத்தபோது சற்று தூரத்தில் தேனீக்கள் கடித்து யாரோ இரண்டு பேர் கத்தும் சத்தம் கேட்டது...

செகப்பி குச்சியை தன்னுடன் வந்தவளிடம் கொடுத்துவிட்டு சத்தம் வந்த திசையை நோக்கி ஓடினாள். ஜமீன் வீட்டில் வேலை செய்யும் வெள்ளைச்சாமியும் அவனது அண்ணன் ஒச்சுவும் தேனீக்கடி வாங்கி இவளை நோக்கி ஓடிவந்தார்கள். அவர்களைப் பார்த்ததும் செகப்பிக்கு சிரிப்பை அடக்கமுடியவில்லை. 'ரெண்டு பேரும் எருமக்கட மாதிரி இருக்கீக... தேனீ கடிச்சதுக்கா இப்பிடி கத்துவீக...' என்றவளை ஏறிட்டுப் பார்த்தபோது வெள்ளைச்சாமிக்கு வலது கண்ணுக்குக் கீழ் வீங்கிப் போயிருந்தது. 'ஏய் கழுத நீதானா தேன்கூட்ட களச்சு விட்டவ...? இங்க பாரு எப்பிடி கொட்டியிருக்குன்னு..?' என வெள்ளைச்சாமி கோவப்பட்டான்... 'தேனீ கொட்டத்தான் செய்யும் நீங்கதான் சூதானமா இருந்திருக்கணும்... போங்க வீட்டுல போயி சுண்ணாம்பு

வெய்யிங்க...' என்று சொல்லிவிட்டு திரும்பிவிட்டாள். அதற்கு முன்பும் வெள்ளைச்சாமி அவளை சிலமுறை பார்த்திருந்தாலும் அந்தச் சந்திப்புதான் அவர்களுக்குள் பேச்சுப் பழக்கம் துவங்க காரணமாயிருந்தது.

பளியர்களுக்கென ஏராளமான கட்டுப்பாடுகள் இருந்தன. அவர்கள் வேலைக்காக மற்ற சமூகத்தினரோடு பழகியபோதும் எவரையும் தங்களது குடிலுக்கு வர அனுமதிப்பதில்லை. மற்றவர்களின் வீடுகளுக்கும் செல்வதில்லை. தங்களது சமூகத்தை விட்டு வேறு சமூகத்தில் திருமணம் செய்வது பெருங்குற்றமாகப் பார்க்கப்பட்டது. மேற்கு மலையில் அமணப் பளியர், நீர்ப்பளியர், கிழக்குப் பளியர், ஊசியிலைப் பளியர், சருகுப் பளியர், கருப்ப பளியர், தாளப்பளியர், தெய்வப்பளியர், தேக்கிலைப் பளியர், தேன் பளியர், வெள்ளைப் பளியர் என ஏராளமான பிரிவினர் உண்டு. அவர்களில் இந்தக் காட்டிலிருந்த கல்காட்டு பளியர்கள்தான் எல்லா பிரிவினரிலும் மூத்தவர்கள். வழிகாட்டக் கூடியவர்கள், இதனாலேயே இவர்களுக்குள்ளிருந்த கட்டுப்பாடுகளும் வலுவானதாயிருந்தன.

செகப்பி அந்தக் கட்டுப்பாடுகளை மீறிய முதல் பெண்ணாயிருந்தாள். வெள்ளைச்சாமிக்கும் அவளுக்குமான பழக்கம் உருவான சில நாட்களிலேயே பளியக்குடியில் அது பேசுபொருளானது. தேராடி உட்பட பளியக்குடி பெரியவர்கள் அனேகரும் கண்டித்தனர். கட்டுப்படும் மனநிலையைக் கைவிட்டிருந்த செகப்பி வெள்ளைச்சாமியைக் கரம் பிடித்தாள். 'பளிச்சி பிசாசா எறங்கி உன்னயக் கொல்லுவா?' என செகப்பியின் தாய் சாபமிட்டாள். ஆனால் அப்படி எதும் நடக்கவில்லை.

அவளுக்கும் வெள்ளைச்சாமிக்கும் மூன்று ஆண் பிள்ளைகளும் இரண்டு பெண் பிள்ளைகளும் பிறந்தனர். மூத்த ஆண் பிள்ளை பிரசவத்தில் செத்துப் போனபின் இரண்டாவதாக சக்கையன் பிறந்தான். அவனைத் தொடர்ந்து பழனியும் அவனுக்குப் பின் ஒச்சம்மாளும் செவனம்மாளும் பிறந்தனர். வெள்ளைச்சாமி ஜமீனுக்குப் பட்ட கடனுக்கு அவருக்குப்பின் சக்கையன் வேலைக்குச் செல்ல, பழனி கொடைக்கானல் எஸ்டேட்டிற்கு வேலைக்குச் சென்றான். பெண் பிள்ளைகள் வேறு ஊரில் கட்டிக் கொடுக்கப்பட்டனர்.

சக்கையனுக்குக் கலவையான குணங்கள் உண்டு. ஒரு சமயம் எதற்கும் அஞ்சாத காட்டு மனிதனாகவும் இன்னொரு சமயம் எல்லாவற்றுக்கும் அச்சப்படும் சமவெளி மனிதனாகவும் நடந்துகொள்வான். சிறுவயது முதல் ஜமீனின் உத்தரவுக்குக் கட்டுப்பட்டு முதுகு வளைந்து ஐந்தரை அடிக்குமேல் அவன் வளரவில்லை. சாதாரணமாக நிற்கும்போதுகூட குனிந்து பணிவோடு நிற்பதைப் போலிருப்பான். அவன் முதுகில் ஜமீன் வீட்டிலிருந்தவர்களின் கட்டளைகள் ஒரு சுமையாய் எப்போதுமிருக்கும். காட்டைத் தெரிந்தவனென்பதால் ஜமீன் எப்போதெல்லாம் வேட்டைக்குச் செல்கிறாரோ அப்போது தனிக்கொடியோடு சக்கையனும் செல்வதுண்டு. மூன்று வருடங்களுக்கு முந்தைய வேட்டையின்போது பன்றி முட்டி மரத்தில் மோதிக் கிடந்தவரை அள்ளிக் கட்டி சுமந்து வந்தவன் சக்கையன்தான். அவனது உடல் முழுக்க ஜமீனின் ரத்தம். அவனுக்கு இருப்பதைப் போன்ற அதே சிகப்பு நிற ரத்தம்... அந்த நாள் வரையிலும் அவனை நாயே என்று அழைத்த வீரணன் அதன் பிறகுதான் அவனுக்கொரு பெயர் இருப்பதை அறிந்து சக்கையன் எனக் கூப்பிடத் துவங்கியிருந்தார்.

பகுதி – 5

ஜமீன் வீடு பரபரப்பாயிருந்தது. உறவினர்களும் ஜமீனுக்கு வேண்டியவர்களும் வந்து பார்த்தவண்ணமிருந்தனர். பன்றி முட்டியதில் காயமுற்ற வீரணன் தனது அறையில் படுத்த படுக்கையாகக் கிடந்தார். செய்தி கேள்விப்பட்டு பார்க்க வந்தவர்களை 'ஒண்ணும் பெரிய பிரச்சன இல்ல... அவரு நல்லாத்தான் இருக்காரு... ஒரு பத்து நாளைக்கி யாரும் தொந்தரவு பண்ணாம மட்டும் இருங்க...' என்று சொல்லி கண்ணன் வாசலோடு அனுப்பி வைத்தான். தன்னை சீக்காளியாக எவரும் பார்க்கக் கூடாதென்பதில் வீரணன் உறுதியாய் இருந்ததால் யாரையும் தனது அறைக்குள் அனுமதிக்க வேண்டாமெனச் சொல்லியிருந்தார். பெரிய தேக்குக் கட்டிலில் படுத்திருந்தவரின் இடதுகால் தொடையில் நாட்டு வைத்தியர் கட்டுப் போட்டிருந்தார்.

முட்டைகளின் மஞ்சள் கருவையும், உளுந்தம் மாவையும் பிசைந்து துணியில் முக்கி அதனைக் கொண்டு போடப்படும் அந்தக் கட்டு ஓரிரு மணி நேரங்களில் முழுமையாக உலர்ந்தபின் அதிலிருந்து வினோதமானதொரு வாடையடிக்கும். அத்தரும், சாம்பிராணிப் புகையும்கூட இந்த வாடையைத் தோற்கடிக்க முடியாது. உடல் முழுக்கப் பரவியிருந்த காயங்களுக்குக் களிம்பு தடவியிருந்ததால் ஈக்கள் அவரைச் சூழ்ந்து மொய்த்துக் கொண்டிருந்தன. அவரது மகள் சண்முகத்தாய் ஈக்களை விரட்டும் விதமாய் விசிறி

கொண்டு விசிறிவிட்டாள். படுக்கையைச் சுற்றி பொம்மக்காவும் ஜமீனுக்கு நெருங்கிய சிலரும் நின்றிருக்க, தனது வேலையை முடித்துக்கொண்ட வைத்தியர் 'ஒண்ணும் பயப்படறதுக்கு இல்ல... உடம்புல இருக்க காயமெல்லாம் நாலஞ்சு நாள்ல தன்னப்போல ஆறிடும்... கால்ல எலும்பு கூடி வர்றதுக்கு மட்டும் ரெண்டு மூணு வாரம் ஆகும்.' என ஆறுதல் சொல்லிவிட்டுக் கிளம்பினார்.

அழுதுகொண்டிருந்த வீரணனின் மனைவி பொம்மக்கா கண்ணீரைத் துடைத்துக்கொள்ள, மல்லாக்கப் படுத்திருந்த வீரணனுக்குத் தன்னை வேட்டையாடிய பன்றியின் மீது இன்னும் தீராத ஆத்திரமிருந்தது.

'அந்தப் பன்னிய திரும்ப நானே காட்டுக்குள்ள போயி சுடுவேன்...'

என ஆத்திரமாக அவர் சொல்லிய நேரம் அறைக்குள் நுழைந்த கண்ணன்,

'எப்பா பேசாம படுப்பா... கொஞ்ச நாளைக்கி வேட்ட கீட்டன்னு துப்பாக்கிய தூக்காத...' எனக் கடிந்துகொண்டான். வீரணன் அவனை முறைக்க 'எதுக்கு இப்ப மொறைக்கிற... சொகுசா வீட்ல கெடயேன்... மேலுக்குச் சரியானதுக்கு அப்பறம் போயிக்கலாம்...' என்று சொல்ல அவனது பேச்சை அவசரமாக மறித்த பொம்மக்கா 'எலேய் பொச்சப் பொத்திட்டுப் போ... பெரிய இவனாட்டம் கோளாறு சொல்லிட்டு நிக்காத... அவரு பாக்காத வேட்டையா? காடா?' என அதட்டினாள்.

'ம்... இம்புட்டு நேரம் நீலிக்கண்ணீர் விட்டுட்டு இப்ப பெரிய இதாட்டம் பேசறியாக்கும்... எக்கேடோ கெட்டுப் போங்க...' என எரிச்சலோடு கண்ணன் அந்த அறையிலிருந்து வெளியேறிப்போக சக்கையன் தயங்கியபடியே அறை வாசலில் நின்றான். அவனது தயக்கத்தைக் கவனித்த கண்ணன், 'என்ன சக்கையா அப்பிடியே நின்னுட்ட? எனக் கேட்க வார்த்தைகளை மென்று முழுங்கிய சக்கையன், 'என் தம்பி எஸ்டேட்டுக்கு வேலைக்கிப் போன எடத்துல ஒரு புள்ளைய கல்யாணம் பண்ணிக்கிட்டானுங்கய்யா... பெரிய ஐயாவ ஒருவாட்டி நேருல பாத்து ஆசிர்வாதம் வாங்கனும்னு அவனுக்கு ஆச... மேலுக்குச் சொகமானதும் சொல்றேன்னு சொல்லியும் கேக்காம அவென் சம்சாரத்தக் கூட்டிக்கிட்டு வந்திருக்கான்...' என்றான்.

‘சக்கையா அப்பா கெடக்கற கெடப்ப பாத்தயில்ல... இப்ப வந்துதான் இதச் சொல்லணுமா?’ என கண்ணன் கடிந்துகொள்ள அவசரமாக இடைமறித்த வீரணன், ‘எலேய் கண்ணா சும்மா இரு... ‘என அவனை அமைதிப்படுத்திவிட்டு ‘நீ கூட்டிக்கிட்டு வா சக்கையா…’ என அனுமதித்தார்.

‘வண்டி போட்டு வந்து பாக்கற ஒவ்வொருத்தனையும் அப்பறம் பாத்துக்கலாம்னு சொல்லி நான் திருப்பி அனுப்பிட்டு இருக்கேன், நீ ஏம்ப்பா ஏட்டிக்குப் போட்டியா செஞ்சுட்டு இருக்க…?’ கண்ணன் புரியாமல் அவரைப் பார்க்க,

‘அடேய் அவந்தான் அர உசுராக் கெடந்த என்னயத் தூக்கியாந்து போட்டான். வெளியாளுகதான் நம்மள இந்த நெலமைல பாக்கக் கூடாது, இவய்ங்க இங்க நம்மகூட இருக்கவய்ங்கதான வரட்டும்…’ என்றார். சந்தோசமாக வெளியே ஓடிய சக்கையன் சில நிமிடங்களுக்குப்பின் தனது தம்பி பழனியுடனும் அவனது இளம் மனைவி வள்ளியுடனும் உள்ளே வந்தான். அதுவரை எங்கோ பார்த்துக்கொண்டிருந்த கண்ணன் கருத்த நிறமும் திரண்ட உடலும் கொண்ட வள்ளியைப் பார்த்ததும் அசந்துபோனான். திரும்பி தன் தந்தையைப் பார்த்தபோது, கட்டிலில் படுத்திருந்த வீரணனின் கண்களும் ஆர்வத்தில் விரிந்தன. ஓநாயின் கண்கள். ஒருபோதும் பசி தீர்ந்திடாத வெறி கொண்ட ஓநாயின் கண்கள். தந்தையின் கண்களிலிருந்த தீவிரம் புரிந்த கண்ணன் விலகிச் சென்றான்.

பழனியும் வள்ளியும் கட்டிலுக்கு அருகே வந்து அவரது கால்மாட்டில் நின்று ஆசிர்வாதம் வாங்கினார்கள். ‘நல்லாருங்கய்யா...’ என்றபடியே வீரணன் சிரமப்பட்டு வள்ளியிடமிருந்து பார்வையை விலக்கி தன் மனைவியிடம்,

‘ஏய் பொம்மக்கா... பூ பழத்தோட வேட்டி துணியும் கொஞ்சம் ரூவாயும் வெச்சுக் குடுத்து விடு...’ என்று சொன்னார். வீரணன் மனைவி அவர்கள் இருவரையும் தன்னைத் தொடர்ந்து வரச் சொல்லிவிட்டு நடக்க அவர்கள் வீரணனுக்கு நன்றி சொல்லிவிட்டுச் சென்றார்கள். வள்ளியின் திரண்ட பின்புறத்திலிருந்து பார்வையை விலக்க முடியாமல் வீரணன், ‘சக்கையா... இம்புட்டு நாளு தனியா இருந்தான் அம்புட்டு தூரம் வேலைக்கி அனுப்பி வெச்ச.

கல்யாணம் ஆகி குடும்பம்னு ஆகிருச்சு... பேசாம இங்கியே இருக்கச் சொல்லு. நம்ம தோட்ட்டத்த பாத்துக்கட்டும்...' என்று சொல்ல, சக்கையன் சந்தோசமாக 'சரிங்கய்யா...' என்று சிரித்தான். வீரணனின் முகத்திலும் குரலிலும் இருந்த மாற்றத்தை அடுத்த அறையிலிருந்த கண்ணன் கவனிக்கத்தவறவில்லை.

★★★

ஜமீனை பன்றி முட்டிய செய்தியறிந்த ஊர்க்காரர்களுக்கு மகிழ்ச்சியும் ஏமாற்றமும் ஒருசேர இருந்தது. மனதிற்குள்ளிருக்கும் சந்தோசத்தை வெளிக்காட்டிவிடக் கூடாதென்கிற எச்சரிக்கையில் யாரும் அதிகம் பேசிக்கொள்ளவில்லை. 'தூமியக்குடிக்கிக்கு இப்பயும் சாவு வரல பாரேன்...' என பெண்கள் வீடுகளுக்குள் குசுகுசுத்துக் கொண்டார்கள். ஆளற்ற வீதியில் நாய்கள் ஆக்ரோஷமாகக் குரைத்துக்கொண்டிருந்த அன்றைய இரவு ஊர் மந்தையில் பெரியவர்களும் சிறியவர்களுமாய் படுத்திருந்தார்கள். ஒரு கிழவர் மரத்தடியில் அமர்ந்து சுருட்டு பிடித்துக் கொண்டிருக்க, உறக்கம் பிடிக்காத சிறுவர்கள் மரத்தடியில் விளையாடிச் சிரித்துக் கொண்டிருந்தார்கள்.

படுத்திருந்த ஆண்கள் கூட்டத்தில் நாற்பது வயது மதிக்கத்தக்க ஆளொருவன் ஒருக்களித்துப் படுத்தபடி அருகில் இருப்பவனை எட்டி உதைத்தான். உதைபட்டவன் தூக்கம் கலைந்த ஆத்திரத்தில் 'எலேய் ஒச்சு நீதானா? மட்டிப் புண்ட எதுக்குடா மிதிச்ச?' என சத்தம் போட, அவன் வாயைப் பொத்திய ஒச்சு 'எல்லாம் காரியமாத்தாண்டா. கத்தாம பக்கத்துல வா...' எனக் கூப்பிட்டான். மிதிபட்டவன் ஒச்சுவை நெருங்கிப் படுக்க 'ஊர் பூரா மொதலாளிய பன்னி முட்டிருச்சுன்னு பேச்சு... இதையே காரணமா வெச்சி இந்த வருசம் திருவிழாவ நிப்பாட்டி வெச்சிட்டா என்னடா செய்றது?...' எனக் கவலையோடு கேட்க தூக்கம் கலைந்த எரிச்சலோடு திருவிழா இல்லாமல் போய்விடுமோ என்கிற கவலையும் சேர்ந்து 'வருசத்துல ஒரு நா நல்ல கஞ்சி குடிப்போம், அதுக்கும் வெனயாப் போச்சா...' என மற்றவன் கவலைப்பட்டான். அவர்கள் பேசுவதைக் கேட்டுக்கொண்டிருந்த சுருட்டுப் பெரியவர் அதனைப் பாதியில் அணைத்துவிட்டு எழுந்து வந்தார். அவர்கள் இருவருக்கும் அருகிலமர்ந்து,

'இந்த மட்டுக்கு அந்தாளு பொழச்சுக்கிட்டான்னு நெனச்சுக்கணும்... செத்து கித்துப் போயிருந்தான்னா அவென் மகென் சின்ன கிறுக்கன் ஊர ரெண்டாக்கிருப்பான்...' எனச் சொல்ல அவர் சொன்னதிலிருந்த யதார்த்தம் புரிந்த ஒச்சு 'ஆமா அவங்க அப்பென் மட்டும் என்னவாம்? அவென் முழு கிறுக்கன்...' என்று சொன்னான். அவர்கள் பேச்சு சத்தம் கேட்டு பக்கத்தில்

படுத்திருந்தவர்களும் நெருங்கி வந்து சிரித்தனர். சிரிப்புச் சத்தம் அமைதியாயிருந்த மந்தையின் சுவர்களில் பட்டு எதிரொலிக்க,

'எலேய் சத்தமா சிரிக்காதிகடா... அவனுக காதுல விழுந்துச்சுன்னா முதுகுத்தோல உரிச்சிருவாய்ங்க...'

எனப் படுத்திருந்தவர்களில் இன்னொரு பெரியவர் அவசரமாய் அவர்களை அமைதிப்படுத்தினார்.

'நாம இங்கனக்குள்ள பேசறது அவய்ங்களுக்குக் கேக்குமாக்கும்...' என்று சுருட்டுப் பெரியவர் கேட்டு முடிக்கும் முன்பாகவே 'நாம குசுவிட்டா கூட அவய்ங்களுக்குக் கேட்றும்...' என்று ஒச்சு சொன்னான்.

படுத்திருந்தவர்கள் அடக்க மாட்டாமல் மீண்டும் சிரித்தனர். விளையாடிக்கொண்டிருந்த சிறுவர்களும் இப்பொழுது பெரியவர்களோடு சேர்ந்துகொள்ள உறக்கம் மறந்து எல்லோரும் கதை பேசும் மனநிலைக்கு வந்துவிட்டிருந்தனர்.

'இவன பன்னி முட்டினதுக்குப் பதிலா வெறிபுடிச்ச யான ஏதாச்சும் முட்டியிருக்கலாம்... ப்ச்... அவனுக்கு நல்லநேரம், நம்ம ஊருக்குக் கெட்ட நேரம்...' என ஒச்சு அப்பாவியாகச் சொல்ல பெரியவர் சிரித்தபடியே அவனது முதுகில் அடித்தார்.

★★★

குடிசைக்குள் எரிந்த சிறிய காண்டா விளக்கிலிருந்து மஞ்சள் நிற வெளிச்சம் பரவியிருந்தது. சட்டையில்லாத வெறும் மேலோடு உட்கார்ந்திருந்த தனிக்கொடியின் உருவம் மண் சுவரில் பெரிதாகத் தெரிய, அவரது மகள் செல்வி அந்த நிழலில் கரிக்கட்டையால் கோடு கிழித்துத் தந்தையின் உருவத்தைச் சுவரில் பதிந்தாள். காட்டிலிருந்து ஜமீனைத் தூக்கி வந்ததிலிருந்தே தனிக்கொடிக்கு நிலைகொள்ளவில்லை. கொடியின் துணையில்லாமல் இத்தனை வருடங்களில் வேட்டைக்குப் போகாத ஜமீன் முதல் முறையாக தனது நண்பர்களுடன் சென்றதன் விளைவு, கவனக்குறைவால் அவரைப் பன்றி முட்டிவிட்டது. 'கடைசி மட்டிலும் கேட்டுட்டு இருந்தேன். நானும் வாரேங்கய்யான்னு... என் பேச்சையே அந்த மனுசன் கேக்கல...' ஆற்றமாட்டாமல் புலம்பியபடி கும்பாவிலிருக்கும் கஞ்சியைக் குடித்துவிட்டுக் கீழே வைத்தார். ஒவ்வொரு பருக்கையும் வேப்பங்காயாய்க் கசந்ததைப் போல் உணர்ந்தவரை ஆத்திரமாகப் பார்த்த அவரது மனைவி, 'ந்தா... அந்தாளு இருந்தா என்ன? செத்தா என்ன? நீ எதுக்குக் கெடந்து தவிச்சுட்டு இருக்க...' என்று கேட்டாள்.

'ஏய் நீயும் ஊருக்காரனுகள மாதிரி பேசாத... அவரு என்ன நீ திங்கிற சோத்துல மண்ணள்ளியா போட்டாரு...' கொடி அலுமினிய தம்ளரில் இருந்த தண்ணீரால் வாயைக் கொப்பளித்தபடியே எழுந்து வாசலில் துப்பினார். அவர்கள் இருவரையும் கவனித்துக் கொண்டிருந்த செல்வி சுவரில் கரிக்கட்டையால் கோடு போடுவதை நிறுத்திவிட்டு, எந்த நேரத்தில் வேண்டுமானாலும் ஒரு சண்டை வரலாமென்கிற பதற்றத்தில் பார்த்தாள். தனிக்கொடியின் மனைவி கும்பாவைக் கழுவி ஊற்றியபடியே,

'அதான... புழுக்கப் பயலுக்கு சாகமட்டுக்கும் புழுக்கத்தனம் போகாதே...' என கேலியாகச் சொல்ல, கொடியிலிருந்து சட்டையை எடுத்துக்கொள்ளப் போன தனிக்கொடி திரும்பி ஆத்திரமாக அவளை அடிக்க கை ஓங்கினார். பதிலுக்கு அவளும் கும்பாவால் அவரை அடிக்கப் பாய, செல்வி அவசரமாக நடுவில் புகுந்து தடுத்து நிறுத்தினாள். வாசலில் படுத்திருந்த தனிக்கொடியின் மகன் எழுந்து உள்ளே வந்தான். ஈரக்கையை வேட்டியில் துடைத்துக்கொண்ட தனிக்கொடி தன் மனைவியைப் பார்ப்பதைத் தவிர்த்தவாறே,

'எத்தா செல்வி... நீ கொஞ்ச நாளைக்கி மொதலாளி வீட்டுக்கு வந்து கூடமாட ஒத்தாசையா இருக்கியா?' என தன் மகளிடம் கேட்டார். என்ன பதில் சொல்வதெனத் தெரியாமல் குழப்பத்தோடு செல்வி பார்த்தாள்.

'இங்கேரு... உன் புழுக்கத்தனத்த உன்னோட நிப்பாட்டிக்க.... என் புள்ளயவும் புழுக்கவேல பாக்க வெய்க்காத... வயசுப் புள்ளய வீட்டு வேலைக்கு அனுப்பணுங்கற... வெக்கமா இல்ல உனக்கு?' என அவரது மனைவி ஆத்திரமாகக் கத்தினாள். தன் பிள்ளைகளின் முன்னால் அவள் காட்டிய இந்த எதிர்ப்பை பொறுத்துக்கொள்ள முடியாமல் இடது கையால் ஓங்கி அவளது பொடணியில் அடித்தார். சுளீரென வலி உடல் முழுக்கப் பரவி அவள் அப்படியே சரிந்து விழ, செல்வி தாங்கிப் பிடித்தாள். அடிவாங்கின வேதனையையும் பொருட்படுத்தாமல் அவரது மனைவி முன்னைவிடவும் ஆத்திரமாகக் கத்தினாள்.

'நீ என்னய அடிச்சாலும் மிதிச்சாலும் என் புள்ளைய அந்த வீட்டுக்கு நான் வேலைக்கி அனுப்ப மாட்டேன்... நீ எக்கேடோ கெட்டுப் போ... எங்கள இழுக்காத...' என ஆத்திரமாகச் சொன்னவளைத் தனிக்கொடி மிதிக்க காலை ஓங்கினார். செல்வி தடுத்து நிறுத்தி 'எப்பா உனக்கென்ன கிறுக்குப் புடிச்சிருக்கா..? எதுக்கு இப்ப சாமியாடிட்டு இருக்க...?' என முறைக்க தனிக்கொடி அவசரமாக சட்டையை அணிந்துகொண்டார்.

'மொதலாளி முடியாம கெடக்காரு... வீட்டுல ஒதவிக்கு வந்து கொஞ்சநாள் இருக்கச் சொன்னது ஒரு குத்தமா?...' என தனக்குத்தானே சொல்லிக்கொண்டவர் திரும்பி செல்வியிடம் 'எத்தா அவெ கூறுகெட்டவ எதாச்சும் சொல்லுவா... நீ வா...' என்று சொல்லிவிட்டு கூரையில் சொருகியிருக்கும் கம்பையும் டார்ச் லைட்டையும் எடுத்துக்கொண்டு வாசலைத் தாண்டிச் சென்றார். தலை கலைந்து பரிதாபமாகக் கிடந்த அவரது மனைவியை, செல்வி வாசல் கதவோடு சாய்த்து உட்கார வைக்க, செல்வியின் தம்பி லோட்டாவில் தண்ணீர் கொடுத்தான். தண்ணீரை வாங்க மறுத்த அவனது தாய் திரும்பி தனிக்கொடி சென்ற திசையில் பார்த்தபோது இருளில் அவரது உருவம் பிசாசைப்போல் அடங்கிப்போனது.

அதிகாலையில் முதல் கோழி கூப்பிட்ட நேரத்திற்கெல்லாம் செல்வி ஜமீன் வீட்டிற்குக் கிளம்பி வந்தாள். தனது தாயின் கடுமையான எதிர்ப்புகளையும் மீறி அப்பாவின் சொல்லுக்குக் கட்டுப்பட்டு வந்தவளை வாசலில் இருந்த நாய்கள் குரோதத்தோடு பார்த்துக் குரைத்தன. அச்சத்தில் கால்கள் நடுங்க, முன்னேறிச் செல்ல விரும்பாமல் தயங்கி நின்றவளைத் தற்செயலாக வெளியே வந்த சண்முகத்தாய் கவனித்தாள்.

‘பயப்படாத சும்மா வா...’ என்றபடியே திரும்பி குரைத்துக் கொண்டிருந்த நாய்களிடம் ‘ஏய் கத்துனது போதும் ரெண்டேரும் நிறுத்துங்க... ராத்திரி பூரம் தூங்கிட்டு விடியக்காலைல காவக் காக்குதுங்க...’ என அவள் சொல்லும்போதே செல்வி அவசரமாக வீட்டிற்குள் ஓடினாள்.

தனது தந்தையோடு பல நாட்கள் ஜமீன் வீட்டிற்கு வந்திருந்தாலும் வீட்டிற்குள் சென்றதில்லை. முதன் முறையாகச் சென்றபோது அதன் பிரம்மாண்டம் வியப்பளித்தது. தனது வீதியிலிருந்த அத்தனை வீடுகளையும் இந்த ஒரு வீட்டிற்குள் அடைத்துவிடலாம் போல.... மையமாக இருந்த தூண்களையும் முற்றத்தின் வழியாய் விழுந்த காலை வெளிச்சத்தையும் பார்த்தபடியே நின்றவளை, ‘என்னடி வேடிக்க, சமயக்கட்டு பின்னாடி இருக்கு போ...’ என்ற பொம்மக்காவின் குரல் இயல்புக்குக் கொண்டு வந்தது... அவசரமாக பொம்மக்கா காட்டிய திசையில் நடந்து சென்றவளின் பாவாடை தரையோடு உரசி மெல்லிய சப்தம் எழ, பொம்மக்கா திரும்பி கொலுசில்லாத அவளது கால்களைக் கவனித்தாள். ‘ஏய் செல்வி வீட்ட நல்லா தூத்து விட்டுட்டு அப்பறமா காப்பித் தண்ணி எதுனா போடு...’ என இருந்த இடத்திலிருந்தே உத்தரவு கொடுக்க, குசினியறைக்குள் சென்ற செல்வி நீண்ட ஈச்சமாரை எடுத்து எங்கிருந்து கூட்டிப் பெருக்குவதெனப் பார்த்தாள்.

பின்வாசலில் குவித்து வைக்கப்பட்டிருந்த விறகுக்கட்டைகளை உடைத்துப்போட்டுவிட்டு உள்ளே வந்த முத்தையா கூச்சத்தோடு கைகட்டி பொம்மக்காவின் முன்னால் நின்றான்.

‘வேல முடிஞ்சா கௌம்பி தோட்டத்துக்குப் போ முத்தையா...’ பொம்மக்கா அவனை அவசரப்படுத்தினாள்.

‘அதுக்கில்லம்மா... என் சம்சாரத்துக்கு மேலுக்கு முடியல... வைத்தியம் பாக்கக் கொஞ்சம் துட்டு வேணும்...’

‘எலேய் எப்பப் பாத்தாலும் பொண்டாட்டிக்கு மேலுக்குச் சொகமில்ல ஆத்தாளுக்கு மேலுக்குச் சொகமில்லன்னு துட்டு கேட்டுட்டெ இருக்க. என்ன கணக்கு வழக்குன்னு இல்லியா?.... இங்க என்ன பணங்காச்சி மரமா இருக்கு... நீ கேக்கற நேரமெல்லாம் துட்டு குடுக்க...’ பொம்மக்கா எரிந்துவிழ முத்தையா கூனிக்குறுகியபடியே,

‘இந்த ஒருவாட்டி மட்டும் குடுங்கம்மா...’

அவன் கெஞ்சினான். வீட்டைக் கூட்டியபடியே அவர்கள் பேசுவதைக் கவனித்த செல்வி, வீரணன் இருக்கும் அறையின் பக்கமாய் நகர, அறைக்குள்ளிருந்த ரேடியோவில் மெல்லிய பாடல் ஒலித்தது. முத்தையா நிற்பதிலிருந்தே அவன் பணம் வாங்காமல் போகமாட்டான் என்பதை ஊகித்துக்கொண்ட பொம்மக்கா,

‘செரி செரி குடுக்கச் சொல்றேன்... எடுப்புக் கக்கூஸ ரெண்டு நாளா சுத்தம் பண்ண ஆள் வரல.... என்னனு பாக்கச் சொன்னேன் பாத்தியா...’ என்று கேட்டாள். துட்டு குடுப்பதை சாக்காக வைத்துத் தன்னிடம் எல்லா வேலைகளையும் செய்யச் சொல்கிறாள் என்பதைப் புரிந்துகொண்ட முத்தையா, பதிலெதுவும் சொல்லாமல் தயங்கி நின்றான்.

‘துட்டு வேணும்னு கேக்கறப்போ மட்டும் வக்கனையாக் கேக்கத் தெரியுதுல்ல... வேல யாரு செய்வா...?’ பொம்மக்காவின் குரலில் தெரிந்த உதாசீனத்தைப் பொறுக்கமாட்டாமல்,

‘சரிங்கம்மா நானே பாத்து முடிச்சிடறேன்...’

என்று சொல்லிவிட்டு முத்தையா அமைதியாக வெளியேறினான். அவன் வாசலைக் கடந்து செல்வதற்கும் பஞ்சாயத்துத் தலைவர் ராமராஜு உள்ளே வருவதற்கும் சரியாக இருந்தது.

‘எக்கா பாவா முழிச்சிட்டாரா?’ என்ற குரல் கேட்டுத் திரும்பி பொம்மக்கா, ‘வா ராமராசு... எந்திரிச்சிருப்பாரு... நீ போயி பாரு..’ என்று சொல்லிவிட்டு பின்வாசல் பக்கமாக நடந்தாள்.

பஞ்சாயத்துத் தலைவர் ராமராஜு வீரணனின் அறைக் கதவை மெல்லத் திறக்க, சத்தம் கேட்டு கட்டிலில் படுத்திருந்த ஜமீன் தலையை உயர்த்திப் பார்த்தார்.

‘இப்ப எப்பிடி இருக்கு பாவா?’ எனக் கேட்டவரை ‘வாய்யா...’ என்றபடியே ஜமீன் வசதியாகக் கட்டிலில் சாய்ந்து அமர்ந்துகொண்டார். ராமராஜு ஜமீனுக்கு வணக்கம் வைத்துவிட்டு அவரது கால்மாட்டிலேயே பணிவோடு நின்றுகொண்டார். படுத்த படுக்கையாக இருக்கும் ஜமீனைப் பார்க்க சங்கடமாக இருக்க ராமராஜு தலையைக் குனிந்துகொண்டார். அவனது முகத்தைப் பார்த்துக் கடுப்பான ஜமீன் -

‘எலேய் எதுக்கு இப்ப எழவு விழுந்த மாதிரி இருக்க... நான் என்ன செத்தா போயிட்டேன்...’ என கடிந்துகொண்டார்.

‘அதுக்கில்ல பாவா... உங்கள சிங்கம் மாதிரி பாத்துட்டு இப்ப படுக்கைல பாக்க மனசு கேக்க மாட்டேங்குது...’

ராமராஜு வராத கண்ணீரைத் துடைத்துக்கொண்டு, தொண்டையில் சிரமப்பட்டு ஒரு துயரத்தை வெளிப்படுத்தினான்.

‘அடேயப்பா ரொம்பத்தாண்டா அக்கறப் புழுத்தி உனக்கு... இந்த நாடகத்தையெல்லாம் ஊர்க்காரனுக கிட்ட நடத்து. எங்கிட்ட நடத்தாத...’

என்று ஜமீன் சிரித்தபடியே சொல்ல ராமராஜு அவசரமாக மறித்து ‘பாவா இந்த மாதிரிலாம் பேசாதிங்க பாவா... குமுளி வரைக்கிம் ஒரு வேலையா போயிருந்தவன் சேதி கேள்விப்பட்டு உசுர கைல புடிச்சிட்டு ஓடியாந்திருக்கேன்...’ என்று சொல்லிவிட்டு சட்டைப் பையிலிருந்து ஒரு மடித்த காகிதத்தை எடுத்தான். அதிலிருந்து விபூதியை எடுத்து பக்தியோடு ஜமீனின் நெற்றியில் பூசிவிட்டு ‘ஜக்கம்மா தொண இருக்கணும்...’ என்று சொல்ல, வீரணன் சற்றே அமைதியானார். செல்வி அவர்கள் இருவருக்கும் வறக்காப்பி கொண்டு வந்து கொடுக்க, ராமராஜு தனக்கான லோட்டாவை எடுத்துக் கொண்டபடியே ‘எத்தா தனிக்கொடி மகளா நீயி?’ என செல்வியிடம் கேட்டார். ‘ஆமாங்க சின்னய்யா...’ என்றபடியே அவள் ஜமீனுக்கான லோட்டாவை அவரது தலைமாட்டிற்கு அருகில் வைத்துவிட்டு அவசரமாக அந்த அறையிலிருந்து வெளியேறினாள்.

ராமராஜு ஜமீனின் படுக்கைக்கு அருகிலிருந்து மர ஸ்டூலில் ஓர் ஓரமாக அமர்ந்தபடி காப்பியை ஒரு மடக்கு குடித்தவர், 'வைத்தியர் என்ன சொல்றாரு பாவா? தேவலையாக எத்தன நாள் ஆகுமாம்?' என விசாரித்தார்.

'காயம் பெரிய காயமல்ல... உடனேவா சரியாகும்... கொஞ்ச நாள் ஆகணும்..." என்றபடியே வீரணன் பஞ்சாயத்துத் தலைவரின் கையிலிருக்கும் காகிதக் கட்டைக் கவனித்தார்.

'கைல என்ன காயிதம்? எதும் முக்கியமான சமாச்சாரமா?' என்று கேட்டபடியே ஜமீன் கையை நீட்ட, ராமராஜு காகிதங்களை அவரிடம் கொடுத்தார். வாங்கிய காகிதங்களை ஜமீன் நிதானமாகப் புரட்டிப் பார்க்க அவரது முகக்குறிப்பு மாறுவதைக் கவனித்த ராமராஜு,

'நம்ம பஞ்சாயத்துக் கட்டுப்பாட்டுல பத்து கிராமம் இருக்குது பாவா... இம்புட்டு நாளா ரோடு போட்றது, தண்ணி தொட்டி கட்றது எல்லாத்துக்கும் யாரு பஞ்சாயத்துத் தலைவரோ அவர் கிட்டதான் சர்க்காரு பணத்த குடுத்துச்சு... இனிமே அந்த மாதிரி இல்லயாம்... அதோட கிராமசபைய ஒவ்வொரு மாசமும் கூட்டி என்ன திட்டம் வருது எம்புட்டு செலவு செய்றம்னெல்லாம் சொல்லணுமாம்...' என சலிப்பாகச் சொன்னான். அவன் சொன்னதைக் கேட்டுச் சிரித்த வீரணன், காகிதங்களை மடித்து அவனிடமே திருப்பித் தந்தார். அவரது பதிலை எதிர்பார்த்துக் காத்திருந்த ஆவலில் ராமராஜு லோட்டாவிலிருந்த காப்பியைக் குடிக்காமல் காத்திருந்தார். அவன் சொன்னதையெல்லாம் கேட்டு வீரணனுக்கு சிரிப்பு வர, சத்தமாக சிரிக்கத் துவங்கினார். அவரது சிரிப்புச் சத்தம் கேட்டு பொம்மக்கா கதவைத் திறந்து எட்டிப் பார்க்க 'ஒண்ணுமில்ல நீ போ...' என அவளை அனுப்பி வைத்தவரின் சிரிப்புச் சத்தம் நிற்கவில்லை. அவர் சிரிக்கிறாரென்பதற்காக ராமராஜுவும் போலியாகச் சிரித்தான். சிரித்து பொறையேறிக் கொண்டதால் சொம்பிலிருந்து தண்ணீர் எடுத்துக் குடித்த வீரணன், தன்னை ஆசுவாசப்படுத்திக்கொண்டபின், 'இதெல்லாம் மத்த ஊருகளுக்குய்யா... நம்மளுக்கு இல்ல... கிராமசபைய கூட்டிட்டா மட்டும் இந்த ஊர்க்காரனுக நொட்டிருவானுகளாக்கும். முட்டாக் கூதியானுங்க...' என்றார். தான் வந்த வேலை நல்லபடியாக முடிந்துவிட்ட திருப்தியில் ராமராஜு 'சரிங்க பாவா... நான்

கௌம்பறேன்... எதுவா இருந்தாலும் உங்ககிட்ட ஒருவார்த்த கலந்துக்கணும்னுதான் வந்தேன்... நீங்க எதும் நெனச்சுக்காதிய...' என்றபடியே எழ, 'நல்லதுய்யா... பத்துப் பதினஞ்சு நாளைக்கி கண்ணந்தான் எல்லாத்தையும் பாத்துக்கப் போறான்... நீ அவனுக்கு உதவியா இருக்கப் பாரு... ஊர் காரியம் எல்லாத்தையும் எடுத்துச் சொல்லிக் குடு...' என ஜமீன் உத்தரவிட்டார். 'அதுக்கென்ன பாவா... தம்பிய நான் பாத்துக்கறேன்...' எனச் சிரித்தபடியே ராமராஜு அங்கிருந்து வெளியேறினார்.

பகுதி – 6

நூறு வருடங்களுக்குப்பின் பீமன் பொடவில் நீலி தளிர்த்திருந்தது. பொடவின் மேற்கு எல்லையில் பாறைகளுக்கு நடுவே சூரிய வெளிச்சம் கசிந்து வரும் பகுதியிலிருந்த சுனையில் ஒருபோதும் நீர் வற்றியதில்லை. பல நூறு மழைக் காலங்களையும் வெயில் காலங்களையும் பார்த்த அந்தப் பாறையில் காட்டின் நினைவுகள் உறைந்துகிடந்தன. திடீரென நிகழ்ந்த ஜமீனின் வருகையால் நூறு வருடங்களுக்குமுன் சுனையைச் சுற்றியிருந்த நீலி கருகிப்போனது. பின் தளிர்க்கவில்லை. எத்தனையோ பூசைகளும் வேண்டுதல்களும் செய்தபின்னும் பளிச்சி மனமிரங்கவில்லை. காடு தன் ஆயிரம் கண்களை மூடிக்கொண்டு அமைதி காத்தது. பீமன் பொடவையும் காட்டையும் மட்டுமே பல தலைமுறைகளாக அறிந்திருந்த பளியர்கள் திகைத்துப்போனார்கள்.

பல நூற்றாண்டுகளாய் அக்காட்டில் பளியக்கூட்டத்தின் வாழ்விற்கு சாட்சியமாய் இருந்த பீமன் பொடவு தன் நினைவுகளை இழந்திருந்தது. வெயிலுக்கு நீரருந்த வேண்டி எப்போதாவது வரும் பறவைகள் கூட சுனையினுள் ஆழமாய்க் குடிகொண்ட சூனியத்தினைக் கண்டு அஞ்சி திரும்பின. மேல் மலையில் முதலில் காபித் தோட்டங்களும் பின்னர் காட்டு விவசாயமும் ஜமீன் ஆட்களால் மேற்கொள்ளப்பட்டபோது தங்களுக்கான சிறிய நிலத்தைத் தேடி பளியர்கள் இடம்பெயர்ந்தார்கள்.

விளைச்சலுக்கென அவர்கள் தேர்வு செய்த நிலங்கள் மொக்காகவும் சூம்பிப்போனதாயுமிருந்தன. புற்கள் கூட வளராத மலட்டு நிலத்தைக் காணச் சகியாமல் மூன்று மாதங்களுக்கொரு முறை இடம் மாறிக்கொண்டிருந்தவர்களிடம் பசி ஆழமாய்க் குடிகொண்டது. மிக நீண்ட துர்கனவொன்றிற்குள் அகப்பட்டுக்கொண்ட அம்மக்கள் ஆறுதல் கொள்ளும்படி, ஒரு தசாப்தத்திற்குப்பின் தேராடி காட்டிய நிலத்தில் தினை விளைந்தது. ஆனால் அந்த நீண்ட போராட்டத்தில் காட்டினுடனான பிணைப்பு அவர்களுக்குக் குறைந்துபோனது. பகலிலேயே தடம் மறந்துபோவதும் புதிய தடங்களில் பயணித்து மீண்டும் பளியகுடி திரும்ப சிரமப்படுவதுமாய் இருந்தனர்.

காட்டிலிருந்த வனதேவாதிகள் பளியர்களுடன் குரூரமான விளையாட்டுகளில் ஈடுபட்டன. அவர்களது கால்நடைகளை காவுகொள்வதும், சூறைக்காற்றால் வயல்களை வாரிச் சுருட்டிக் கொள்வதுமாய் உக்கிரம் காட்டின. தேனெடுக்கவும் கிழங்கெடுக்கவும் செல்லும் பளியர்கள் காட்டில் திசைமாறிச் சுற்றினார்கள். கண்ணுக்கெட்டிய தூரத்தில் பளியக்குடியின் குடிசைகள் தெரியும், நெருங்கிச் சென்றால் அவை மரங்களாக மாறிவிடும். வனதேவாதிகளின் அந்தக் கண்ணாமூச்சி விளையாட்டால் பளியர்கள் சோர்வடைந்துபோயினர்.

வயலில் மிஞ்சிய தினை கொண்டு நாளொன்றுக்கு ஒருவேளைக்கு மட்டுமே பளியகுடி பசியாற முடிந்தது. தேனும் கிழங்கும் வேட்டையுமில்லாமல் இந்தக் காட்டில் உயிர்பிழைத்திருக்க முடியாதென ஆனபின் தேராடிதான் ஒரு யோசனையை முன்வைத்தார். வேங்கை மரத்தின் பட்டைகளைக் கீறி அதிலிருந்து சிவப்பு நிறத்தில் கசியும் பிசின் போன்ற பாலை சேகரித்தனர். சில நிமிடங்களிலேயே கருப்பு நிறத்திற்கு உருமாறிவிடும் அந்தத் திரவத்தைத் தொட்டு திலகமிட்டபின் காட்டிற்குச் செல்லத் துவங்கியபோது வனதேவாதிகளும் தீய ஆவிகளும் அம்மக்களைத் தொடர்வதை நிறுத்திக்கொண்டன.

நீலி தளிர்த்த செய்தியிருந்த பளியர்களுக்கு நம்பிக்கை பிறந்தது. விடிகாலையிலேயே தேராடியின் குடிசை முன்னால் திரண்டார்கள். ஒரு நூற்றாண்டு கனவு பலித்த மகிழ்ச்சி அவர்களின் முகங்களில். ‘தேராடி நீலி கெடச்ச மாதிரி நம்ம பளிச்சியும் கெடச்சிருவாளா? ‘என ஒரு கிழவி கண்ணீரோடு கேட்டாள். கூட்டம் அவளையும்

தேராடியையும் ஏக்கத்தோடு பார்க்க, 'இந்தக் காடு பளிச்சியோடது. அவ குடுக்கணும்னு நெனைக்கிறதையோ எடுத்துக்கணும்னு நெனைக்கிறதையோ யாரும் தடுக்க முடியாது. நாம மூணு தலமொறையா எத்தனையோ கெட்டதுகளப் பாத்துட்டோம். இப்ப விடிவுகாலம் வந்திருக்கு. சந்தோசமா இன்னிக்கி பீமன் பொடவுல வெறியாட்டுக்கு ஏற்பாடு பண்ணுங்க...' என தேராடி உத்தரவிட்டார்.

காடு தன் நீண்ட உறக்கத்திலிருந்து விழித்துக்கொண்ட மகிழ்ச்சியில் பளிச்சியம்மன் வாக்கு பலித்திடும் நாளை எதிர்நோக்கி அம்மக்கள் நம்பிக்கையோடு பீமன் பொடவில் திரண்டிருந்தனர். அந்தி சாய்ந்து கருக்கல் அடர்ந்தபோது கள்வெறியில் சக்கையன் சந்தக்குழலை ஏந்தி இசைக்கத் துவங்கினான். பாறையும் கரைந்துவிடும் வசீகரத்தில் எழுந்த அந்த இசைக்கு ஒத்திசையாய் இன்னொருவன் மெல்லிய ஒலியில் மேளத்தை அடித்தபோது அங்கு திரண்டிருந்த பளியர்களுக்கு நரம்புகள் முறுக்கேறின.

'கொம்பு தூக்கி ஐயனார் சின்ன முடியன்
பெரிய முடியன் வஞ்சியப்பன்
வலங்கப்பன் உண்ணுவான் தம்பிரான்
குண்டாத்துக் கண்ணி சின்ன பாப்புளாச்சி
நீலாத்துக் கண்ணி பெரிய பாப்புளாச்சி
குடி கும்மாரத்துக்கு
சீக்குச் சங்கடம் வராமே – எங்களைப்
பொறுத்துக் காப்பாத்தணும்
நல்ல மழை பெய்யணும்
மண்ணுல போட்டது பொண்ணா வெளையனும்.'

சக்கையனின் குழல் சத்தத்திற்கு இணையாக ஒலித்தது ஒரு முதிய பெண்ணின் குரல். பாட்டுச் சத்தமும் குழல் சத்தமும் நீண்ட உறக்கத்திலிருந்த காட்டை எழுப்பின. நீரருந்திய மிருகங்கள் மிரண்டு ஓடின. மரங்களில் அடைந்திருந்த பறவைகள் உறக்கம் கலைந்து கீச்சிட்டன. பளிச்சியம்மன் இறங்கி வந்தாள்.

முதிர்ந்து நடக்க வலுவில்லாமல் சோர்ந்திருந்த தேராடி பளிச்சி

இறங்கியதும் பத்து ஆளின் பலத்தோடு ஆடத் துவங்கினார். பூமி அதிர அவர் ஆடியதைப் பார்த்த பளியர் கூட்டமும் உக்கிரமானது. தேராடியின் கால்கள் பொடவிலேறி சுனையை நோக்கி நகர்ந்தன... ஓரிருவர் அவருக்குப் பாதுகாப்பாக பின்னாலேயே செல்ல, பாறைகளின் நடுவிலிருந்து கசிந்த இரவு நேர வெளிச்சத்தில் சுனை நீரில் நிலா அமிழ்ந்து கிடந்தது. தேராடி அப்படியே குப்புறப்படுத்து சுனைநீரை மடமடவெனப் பருகியபோது, அவர் உடலில் அதிர்வுகள் குறையத் துவங்கின. பாறையிடுக்கிலிருந்து எல்லாவற்றையும் அச்சத்தோடு பார்த்துக்கொண்டிருந்த வௌவால் ஒன்று அவசரமாகப் பறந்து சென்றது. வெறியாட்டு முடிந்த அதிகாலையில் வனதேவாதிகள் மனம் குளிர்ந்து வானம் இடி இடித்து மழை கொட்டியது. காடு அதுவரையில் பார்க்காத பேய் மழை. ஓடைகளில் வெள்ளம் கரைபுரண்டு ஓடியது. மலையிலிருந்து அடித்துவரப்பட்ட உடைந்த மரங்களும் வேர்களும் செடிகளும் ஊரைச் சுற்றிப் பெரும் மேட்டினை உருவாக்கிவிட்டிருந்தது. குடிசைகளுக்குள்ளிருந்து ஜமீனின் ஊர்க்காரர்கள் அச்சத்தோடு பார்த்துக்கொண்டிருக்க, தெய்வம் மனமிரங்கிய நிறைவில் பளியர்கள் ஆழ்ந்த உறக்கத்திலிருந்தனர்.

பளியகுடியில் திடீரெனச் சூழ்ந்திருந்த உற்சாகத்தையும் இரண்டு தினங்களுக்குமுன் அவர்கள் வெறியாட்டு நடத்தியதையும் கேள்விப்பட்ட கண்ணன் சக்கையனை மேல் மலைக்கு வரச் சொல்லியிருந்தான். மலைப்பாதையெங்கும் மண் சரிவினால் ஏற்பட்ட பள்ளங்கள் பார்க்க அச்சமூட்டுவதாயிருந்தன. கழி ஊன்றி மலையேறி வந்த சக்கையன் மழை காட்டை உருக்குலைத்திருப்பதைக் கண்டுகொண்டான். ஜமீன் படுக்கையில் விழுந்தபின் கண்ணன் அடிக்கடி மேல் மலையிலிருக்கும் வீட்டிற்கு வந்துவிடுகிறான். வீரணனுக்கு நெருக்கமானவர்களை உடன் வைத்துக் கொள்வதில் தயக்கமிருந்ததால், அவனுக்கு பழனி நம்பிக்கைக்குரியவனாகத் தோன்றினான். வெளியூர்களில் சுற்றியிருந்த சிறிய உலக அனுபவமும் இன்னொரு காரணம்.

எழுபது வருடங்களுக்குமுன் வேட்டைக்கு வந்த வெள்ளைக்கார துரைக்காகக் கட்டப்பட்ட மரவீடு அது. சமையலுக்கு ஒரு ஆள் அங்கேயே இருந்தாலும் வேட்டைக்கறியைச் சமைப்பதில் பழனிக்கு இருந்த பக்குவம் அவனுக்கில்லை. தனக்கு இடப்படும் கட்டளைகளை முகம் சுளிக்காமல் செய்வதும், சின்ன ஜமீனுக்கு

எது பிடிக்கும் பிடிக்காது என்பதை அவர் சொல்லாமலேயே தெரிந்து வைத்துச் செய்துகொடுப்பதுமாக துடிப்பாக இருந்தான். 'எலேய் நல்லா சிரிச்சுப் பேசறானேன்னு அவங்கிட்ட நெருங்கிப் போகாத... அவங்க அப்பனக் கூட ஒரு கணக்குல சேத்துரலாம், இவன் முழுக்கிறுக்கன்...' என சக்கையன் தனது தம்பியை எச்சரித்தபோது, 'எல்லாம் எனக்குத் தெரியும்ணே... இவய்ங்க முன்னாடி கையக்கட்டிட்டு சாமி உங்கள மாதிரி வருமான்னு கும்புடு போட்டா நம்மள முட்டாளுன்னு நெனச்சு அப்பிடியே விட்றுவாய்ங்க... அதத்தான் நானும் செஞ்சுட்டு இருக்கேன்...' எனச் சிரித்தான். எப்படியோ தன் தம்பி பிழைத்துக்கொண்டால் சரியென நினைத்த சக்கையன் அதன்பிறகு அவனைக் கண்டுகொள்ளவில்லை.

சக்கையனை அழைத்துக்கொண்டு பழனி மலையேறி வந்தபோது தூறல் துவங்கியிருந்தது. மரவீட்டின் அடுப்பிலிருந்து கிளம்பிய இறைச்சியின் வாசனை அவர்களை வரவேற்க சக்கையன் தலையில் கவிழ்த்துப் பிடித்திருந்த பனையோலையை ஓரமாகக் கீழே வைத்தான்.

மரவீட்டின் வாசலில் குத்தவைத்து அமர்ந்தவன் வானத்தைப் பார்த்தபோது இன்னுமொரு பெருமழைக்கான அறிகுறியாய் இடி இடித்தது. போதையில் சிவந்த கண்களோடு வந்த கண்ணன் ஒரு நாற்காலியில் அமர்ந்து சுருட்டை பற்றவைத்துக் கொண்டான். அவனுக்கு எதிரில் குத்தவைத்து அமர்ந்திருந்த சக்கையன் எதற்காக அழைக்கப்பட்டிருக்கிறோம் என்பதைத் தெரிந்துகொள்ளும் ஆவலோடு பார்த்தான். 'என்ன சக்கையா பொடவுல வெறியாட்டு நடத்தினியளாம்.. என்ன வெவரம்? கோயில் காரியங்கூட பங்குனி மாசந்தான வரும்.. இதென்ன புதுசா?' சந்தேகத்தோடு சின்ன ஜமீன் கேட்க, உண்மையைச் சொல்வது பாதுகாப்பில்லை என்பதைப் புரிந்துகொண்ட சக்கையன் சில நொடிகள் அவகாசம் எடுத்துக்கொண்டு,

'ஐயா இந்த வருசம் எங்களுக்குத் தென வயல்ல வெளச்சல் இல்ல.. அதான் அடுத்த பருவத்துலயாச்சும் நல்லபடியா வெளையணும்னு வேண்டிக்கிட்டோம்.' என்றான்.

'எலேய் இதுக்கு முன்ன எத்தனையோ வருசம் வெளச்சல் இல்லாம இருந்தப்பல்லாம் நடத்தல... இப்ப மட்டும் என்ன?' கண்ணனுக்கு

உண்மையைத் தெரிந்துகொண்டே ஆகவேண்டுமென்கிற துடிப்பு.

‘ஐயா முன்ன மாதிரி காட்டுல கெழங்கோ தேனோ கெடைக்கிறதில்ல... முயல் வேட்டைக்கும் ஒருத்தர் ரெண்டு பேருதான் போறாங்க.. பளியக்குடில பாதி சனம் பசியிலயே செத்துரும் போல... அதாங்கய்யா நேத்து சாமி கும்புட்டோம்...’ என்று சக்கையன் சொன்னது நம்பும்படியாக இருந்ததால் கண்ணன் இயல்பானான். நிதானமாக சுருட்டைப் புகைத்துத் தூக்கிப்போட்டவன்

‘செரி, வீட்டுக்காரியமெல்லாம் சரியா நடக்குதா?’ என்று கேட்டபடியே எழுந்துகொள்ள சக்கையனும் அவசரமாக எழுந்தான்.

‘ஐயா எல்லாம் உள்ளபடியே நடக்குதுங்கய்யா.. ஒண்ணும் கொறையில்ல...’ என பணிவாகச் சொல்லும்போதே கண்ணன் வீட்டிற்குள் சென்றான். அவசரமாக அவனைத் தொடர்ந்து சென்ற பழனி, ‘பாத்து சூதானமா போண்ணே’ என சக்கையனுக்கு மட்டும் கேட்கும் சத்தத்தில் சொல்லிவிட்டுச் சென்றான்.

★★★

வீரணனைப் போல் தனித்து வேட்டைக்குச் செல்ல வேண்டுமென்கிற தனது நீண்டகால விருப்பத்தை நிறைவேற்றிக்கொள்ள கண்ணன் விரும்பினான். பழனியின் உதவியோடு காட்டைப் புரிந்துகொள்ளத் துவங்கியபோது வேட்டையின் மீது இனம்புரியாததொரு பிரேமை உருவானது.

சக்கையனிடம் நல்ல வேட்டை நாய்கள் இருந்தன. சிறு வயதிலேயே உடும்பின் பித்தப் பைகளையும் சாணிவண்டுகளையும் பிசைந்து கொடுத்து நுகரச் செய்து அந்த வாசனையைப் பின்பற்றி வேட்டைக்குச் செல்லப் பழக்கிய நாய்கள். மூன்று வயதிற்குள்ளாகவே திறமையானவையாய் மாறியிருந்த அந்த வேட்டை நாய்களை ஊர் திரும்பியபின் பழனி தன்னோடு வைத்துக்கொண்டான். ஒவ்வொரு முறையும் அந்த நாய்கள் உடும்பை வேட்டையாடித் தூக்கி வரும்போது வெட்டப்படும் முதல் இறைச்சி நாய்க்குத்தான் கொடுக்கப்படும். முயல் வேட்டைக்குப் பழக்கப்படுத்தும் நாய்களை விடவும் உடும்பு வேட்டைக்குச் செல்லும் நாய்கள் ஆக்ரோஷமானவை. மெலிந்து உயர்ந்து வலிமையான உடலமைப்பைக் கொண்டவை. புதிய மனிதர்களை எளிதில் அண்டவிடாத அந்த நாய்களுக்குக் கண்ணனைப் பிடித்துப் போனது.

சக்கையனுக்கும் பழனிக்கும் காட்டிய விசுவாசத்தை கண்ணனுக்கும் காட்டின. இந்தக் காட்டின் வசீகரத்தில் மயங்கிப்போன கண்ணனின் நண்பர்கள் அடிக்கடி வந்து போகத் துவங்கினார்கள். அதிகாரம் மட்டற்ற சுதந்திரத்தினைக் கொடுக்கிறபோது மனிதர்களுக்கு அரும்பும் வினோத ஆர்வங்கள் அவர்களுக்கும் எழுந்தன.

மிருகங்களை வேட்டையாடி ருசித்த உடலில் அதீதமான தினவும் தாபமும் கிளர்ந்தெழ ஜமீனுக்குக் கட்டுப்பட்ட கிராமங்களிலிருந்து இளம் பெண்களை மலைவீட்டிற்குத் தூக்கிவரத் துவங்கினார்கள். இச்சையின் எல்லைவரை சென்று பார்ப்பதென்கிற தீவிரத்தோடு அந்தப் பெண்களின் உடல்களை வேட்டையாடியவர்கள் ஒவ்வொரு பெண்ணுடனும் கூடி முடிந்தபின் அடுத்த வரக்கூடியவளின் மீது நிகழ்த்த வேண்டிய புதிய சாகசங்களைக் குறித்து உரையாடினார்கள்.

மதுவும் இறைச்சியும் அவர்களின் உடலில் பெருங்காமத்தை விதைக்க, தீராப்பசியோடு புதிய பெண்களைத் தேடினார்கள்.

தூக்கிவரும் பெண்ணோடு ஓரிரு நாட்கள் மலைவீட்டில் கூடியபின் திருப்பி அனுப்புகையில் அவர்களின் கூந்தலில் சரிபாதியை வெட்டி எடுத்துக்கொள்வதை கண்ணன் வழக்கமாக்கினான்.

பாதி வெட்டப்பட்ட கூந்தலோடு மலையிறங்கும் பெண்ணைப் பார்க்கும் அவனது கண்களில் கர்வம் கொப்பளித்தது. 'இது அடையாளமா இருக்கணும்... இந்த ஊருல நான் தொட்ட பொம்பளைக யாருன்னு சொல்லாமயே எல்லாருக்கும் தெரிஞ்சிருக்கணும்...' எனச் சிரித்தான். கண்ணனின் நண்பர்களில் ஒருவனுக்கு குறியைச் சுற்றிலும் சீக்கு கண்டது. அவனது சீக்கு அவன் புணர்ந்த சில பெண்களுக்கும் தொற்றிக்கொள்ள நோயுற்ற பெண்கள் சிகிச்சைக்கு வழியின்றி கடும் வயிற்று வலியால் அவதிப்பட்டனர். தாமதமாக நண்பனின் நோயைக் கண்டுகொண்ட கண்ணன் உடனடியாக மலையிலிருந்து இறங்கிவிட்டான்.

பாதி கூந்தலோடு வீட்டை விட்டு வெளியேறத் துணிச்சலின்றி பெண்கள் குடிசைகளுக்குள்ளேயே முடங்கிக் கிடந்தனர். வயலுக்கு வேலைக்கு வருகிற ஆட்களின் எண்ணிக்கை குறைந்ததால் ஆண்களின் வேலைநேரம் அதிகமானது. பெண்கள் பெருமளவில் வேலைக்கு வராமல் போனதற்கான காரணங்கள் எல்லோருக்கும் தெரிந்திருந்தபோதும் ஒருவரும் மற்றவரிடம் கேட்டுக்கொள்ளவில்லை. பசியும் உறக்கமின்மையும் அவர்களை மெலியச் செய்தது. நடமாடும் பிணங்களாக மாறியவர்களின் உடல் மெலிந்து கழுத்து எலும்புகள் துருத்திக்கொண்டிருந்தன. பகல் நேரங்களில் கண்ணனின் ஜீப் சத்தம் கேட்டால் ஊர்க்காரர்கள் அச்சத்தோடு ஓடி பதுங்கிக்கொள்ளத் துவங்கினர். இந்த ஊரில் நீண்டகாலம் பிழைத்திருக்க முடியாதென்கிற உண்மை புரிந்தபோது ஒவ்வொருவரும் வெளியேறுவதற்கான வாய்ப்பிற்காகக் காத்திருந்தார்கள்.

நாய்கள் உறக்கமின்றிக் குரைத்த இரவுகளின் பின்னேரத்தில் ஊரிலிருந்த ஆண்கள் தொலைந்துபோகத் துவங்கினார்கள். அந்த மலைக்கு அப்பால் மலையாள நாட்டை நோக்கியும் பெரிய கண்மாயைத் தாண்டி மதுரை நோக்கியும் இடம் பெயர்ந்த ஆட்களில் ஒருவர் கூட மீண்டும் திரும்பியிருக்கவில்லை. அமைதியின்மை எங்கும் வியாபிக்கத் துவங்கியது. தொலைந்துபோன தந்தைமார்கள் எப்படியும் ஊர் திரும்பக்கூடும் என்னும்

நம்பிக்கையோடு காத்திருந்த குழந்தைகள் நிராசைகளோடு ஒவ்வொரு இரவும் உறங்கச் சென்றனர். ‘அப்பா எப்போது வருவார்?’ என அக்குழந்தைகள் கேட்கும் கேள்விகளுக்கு பதிலுறைக்க முடியாத தாய்மார்கள் தங்களது இயலாமையை எண்ணி நொந்துகொண்டனர்.

ஊரைச் சூழ்ந்திருந்த தீமையினை நன்கு புரிந்திருந்த வள்ளி மீண்டும் பூம்பாறைக்கே சென்றுவிட நினைத்தாள்.

‘ந்தா ஒருவேளக் கஞ்சிண்டாலும் நாம எஸ்டேட்டுல வேல செஞ்சு குடிச்சுக்கலாம்... இங்க வேணாம்... மொதல்ல மூட்டையக் கட்டிக்கிட்டு கெளம்பற வழியப்பாரு...’ என பழனியிடம் அனத்தினாள்.

‘ஏய் எதுக்குடி நீ கெடந்து தவிக்கிற... இங்க என்ன கொறையக் கண்ட..?’ என அவன் சலித்துக் கொண்டான்.

‘என்ன கொறையக் கண்டனா? ஊருப் பொம்பளைகளுக்கு என்ன நடக்குதுன்னு ஒனக்குத் தெரியாது பாரு... எல்லா வீட்டுக் கதவையும் தட்டினவன் நாளைக்கி இந்த வீட்டுக் கதவத் தட்டி என்னயக் கூப்புட மாட்டான்னு என்ன நிச்சயம்?’ என கோவப்பட்டாள்.

பழனி அவளை முறைத்தான். ‘சும்மா நீயா எதையாச்சும் நெனச்சு பயப்படாத... சின்ன ஜமீன் நல்லவரு இல்லதான். ஆனா அவருகூட இருக்கவங்கள எதும் செய்யமாட்டாரு...’ என அவன் சொன்னதைக் கேட்டு அவளுக்கு ஆத்திரமாக இருந்தது.

‘பாம்போட கொணம் கொத்தறது... அதுக்கு நல்லது கெட்டது தெரியாது... வெசத்தக் கக்கத்தான் தெரியும்... நான் சொன்னது ஒனக்கு ஒருநாள் புரியும்..’ எனச் சொல்லிவிட்டு வீட்டிலிருந்து வெளியேறினாள்.

★★★

வீரணனின் உடல் குணமாகிய சில வாரங்களுக்குப் பின்னால் தோப்பில் தேங்காய் இறக்கினார்கள். இரண்டு மாதங்களுக்கும் மேலாக முடங்கிக் கிடந்தவருக்கு ஓய்வு புதிய உற்சாகத்தையும் களிப்பின் மீதான விருப்பத்தையும் உருவாக்கியிருந்தது. தோப்பு வீட்டில் பெரிய விருந்தொன்றை நடத்த விரும்பினார். தேங்காய் கொள்முதல் செய்ய வழக்கமாக வரும் யாவாரி இந்தமுறை தனது நண்பர்களோடு வருவதாகச் சொல்லியிருந்ததால் வீரணன் முந்தைய நாளே வேட்டைக்குச் சொல்லியிருந்தார்.

தனிக்கொடியும் சக்கையனும் துணைக்கு வந்தாலும் கண்ணனே அந்த வேட்டையை நிகழ்த்தினான். இந்தச் சில நாட்களில் காடு அவனுக்குப் பழகியிருந்தது. எதையும் கண்டு அஞ்சாத வயது காட்டையே வேட்டையாடிவிடும் மிதர்ப்பை அவனுக்குத் தந்திருந்தது. மானும் காட்டுப்பன்றியும் வேட்டையாடப்பட்டதோடு பழவுண்ணிகளும் உடும்புகளும் கூட கிடைத்திருந்தன. வேட்டையை முன்னின்று வழிநடத்திய கண்ணனின் பெருமையை அவனோடு சென்றவர்கள் வாய் ஓயாமல் சொல்லியதைக் கேட்ட வீரணன் எரிச்சலடைந்தார்.

‘எலேய் கைத்தண்டி பய அவெ... ஏதோ ரெண்டு மானச் சுட்டுட்டாங்கறத பெருசா சொல்லிட்டு இருக்கீக...’ என அமைதிப்படுத்தினார். வெற்றிகரமான தனது வேட்டைக் கதையின் மீது தந்தைக்கு விருப்பமில்லை என்பதைக் கண்டுகொண்ட கண்ணன் சிரித்தபடியே கடந்துபோனான். தோப்பு வீட்டிற்குப் பின்னால் பெரிய பெரிய பாத்திரங்களில் வேட்டைக்கறி சமையலுக்குத் தயாராகிக்கொண்டிருக்க, ஆட்கள் வியர்க்க விறுவிறுக்க வேலை பார்த்துக் கொண்டிருந்தார்கள்.

தனிக்கொடியும் சக்கையனும் விருந்தினர்களைக் கவனிக்க சீமைச்சாராயத்தையும் தொடுகறியாக சுட்ட சருகு மானின் இறைச்சியையும் வைத்துக் கொடுக்க விருந்து மிக ஜோராய்த் துவங்கியது. மகனின் வேட்டைக்கதைகளை விருந்தினர்கள் மறக்க வேண்டும் என்பதில் கவனமாயிருந்த வீரணன் தனது வேட்டைத் துப்பாக்கியை அவர்களுக்குக் காட்டி பல வருடக் கதைகளை பெருமையோடு பகிர்ந்துகொண்டிருந்தார். ‘மேமலைல அந்தச் சிறுத்தைய சுட்டமே கொடி... என்ன பதினஞ்சு வருசம் இருக்குமா?’ என ஒவ்வொரு கதையின் இடையிலும் தனது

வேட்டையின் சாட்சியாக தனிக்கொடியை இழுப்பதும் அவர் ஆமா முதலாளி,' என ஆமோதிப்பதுமாய் இருந்தார். மதுவும் வேட்டைக்கறியுமாய் உக்கிரமேறிய உரையாடலில் யாவாரி அப்பாவிடமிருந்து துப்பாக்கியை வாங்கி ஒருமுறை தூக்கிப் பார்த்தார்.

'அண்ணாச்சி துப்பாக்கி இந்தக் கனம் கனக்குதே... இது எப்பிடி தூக்கிட்டு வேட்டைக்கிப் போறீய? என்று கேட்க, வீரணன் சிரித்தார்.

'இத ஒரு தடவ எடுத்து வேட்டைக்குப் போயி பழகிட்டம்னாக்க அந்த சொகமே தனி... ஒரு உசுரக் கொல்றப்போ வர்ற போத இருக்கே... அது நூறு பொம்பள கூட படுத்தாலும் கெடைக்காது... அந்த ரத்தமும் துடிப்பும் அடங்கி நம்ம கண்ணு முன்னால ஒரு மிருகம் கெடக்கறப்போ இந்தத் துப்பாக்கியும் நாமளும் வேற வேற இல்லன்னு தோணும்.... மொத மொதல்ல இந்தத் துப்பாக்கிய வெச்சு ஒரு கரடிய சுட்டேன்.... ரொம்ப நாளாவே இதுக்குப் பேரு கரடித் துப்பாக்கினுதான் இருந்துச்சு... மானு பன்னி மரநாய்னு எவ்வளவோ சுட்டப்பறமும் இதோட பேரு மாறவே இல்ல... கரடித் துப்பாக்கிதான்... கொஞ்ச வருசம் முன்னாடி வருசநாட்டுப் பக்கம் ஒரு யான மதம் புடிச்சு சுத்திட்டு இருக்குன்னு சொன்னாய்ங்க... நானும் என் ஆளுகளுமா போயி காட்டுக்குள்ள ரெண்டு மூணு நாளு சுத்தி அதுக்கு பொறி வெச்சு சுட்டோம்... அன்னியில இருந்துதான் இது யானத் துப்பாக்கியாச்சு... வேட்டக்காரனுக்கு மதிப்பே அவங்கிட்ட இருக்க துப்பாக்கியாலதான...'

என அவர் சொன்னதையெல்லாம் விருந்தினர்கள். அசந்துபோய்க் கேட்டுக்கொண்டிருந்தார்கள்.

'எத்தந்தண்டி ஆளு நீங்க... கடைசில இம்புட்டுக்கானு பன்னி வந்து முட்டிபுருச்சுங்களே...' என யாவாரி கேலியாகச் சொல்ல வீரணனிடம் சிரிப்பு மறைந்தது. துப்பாக்கியை அவனை நோக்கி சாய்த்து குறிபார்த்தவர், 'எல்லா வேட்டக்காரனுக்கும் எல்லா வேட்டையும் ஒழுங்கா அமஞ்சிராது... பத்து தடவ நீ வேட்டையாடினா ஒரு தடவயாச்சும் காடும் மிருகமும் உன்ன வேட்டையாடும்.. காட்டுக்குள்ள எறங்கிப்பாரு தெரியும்...' என உக்கிரமாகச் சொல்ல எல்லோரும் அமைதியானார்கள். சூழலின் இறுக்கத்தை உணர்ந்த யாவாரி சுதாரித்துக்கொண்டார்.

‘செரி முதலாளி... வேட்டையப் பத்தி உங்களுக்குத்தான் தெரியும். எங்களுக்கென்ன தெரியும். ஆத்தக் கண்டமா அழகரக் கண்டமா? அத வெச்சிட்டு வந்து எங்ககூட தண்ணியடிங்க...’ என சிரிக்க, வீரணன் துப்பாக்கியைச் சுவரில் மாட்டினார். வேட்டைக்கறியின் வாடைக்கு ஆர்வமாய் வந்த கண்ணன் தட்டிலிருந்த மானிறைச்சியை எடுத்துக் கடித்தான். ஒரு கோப்பையில் கொஞ்சம் மதுவை ஊற்றி ஒரே மடக்கில் குடித்தவன் மீண்டும் இறைச்சியைக் கடித்தான்.

‘எலேய் இங்க இத்தன பெரியாளுக இருக்கம்ல... நீ வாட்டுக்கு மட்டு மரியாத இல்லாம எல்லார் முன்னாலயும் குடிச்சிக்கிருக்க... உனக்கு குடிக்கணும்னா தனியா எடுத்துட்டுப் போயி குடி...’ என கடிந்துகொண்டார்.

அவரைப் பார்த்துச் சிரித்த கண்ணன் ‘என்னப்பா புதுசா எனக்கு நல்லது கெட்டதுல்லாம் சொல்லிக் குடுக்கற? எப்பவும் கெட்டதுதான சொல்லிக் குடுப்ப... இப்ப நான் குடிச்சதனால என்ன குடிமுழுகிப் போச்சு...’ என்று சொன்னபடியே இன்னொரு சுற்று மதுவை ஊற்றி முன்போலவே அவசரமாகக் குடித்தான்.

வீரணன் ஆத்திரத்தைக் கட்டுப்படுத்திக்கொண்டு திரும்பி தனிக்கொடியைப் பார்க்க அவர் அவசரமாக வந்து கண்ணனை அழைத்துச் சென்றார். ஏற்கனவே நிரம்பக் குடித்திருந்த கண்ணனுக்கு கால்கள் நடக்க முடியாதளவிற்குத் தள்ளாடின. அசாதாரணமானதொரு அமைதி நிலவ, வீரணன் மட்டும் தனது கோப்பையில் மதுவை ஊற்றி அருந்தினார். போன வேகத்திலேயே திரும்பி வந்த கண்ணன், வீரணன் சுவரில் மாட்டிய துப்பாக்கியை எடுத்தான்.

‘எலேய் சுன்னி. எத்தனவாட்டி சொல்லி இருக்கேன், யானத் துப்பாக்கிய எடுக்காதன்னு.... உனக்குக் குடுத்திருக்க துப்பாக்கிய வெச்சுக்க... ஒரு வயசு வர்றவரைக்கும் அத வெச்சிதான் சுடணும்...’

என வீரணன் ஆத்திரமாகச் சொல்ல கண்ணன் சிரித்தான். ‘எப்பா நீதான சொன்ன, ஒரு துப்பாக்கி உனக்கு வேணும்னா உன்னய அதுக்குத் தகுதியான ஆளா மாத்திக்கன்னு... இந்தா நான் வேட்டையாடினததான எல்லாரும் தின்னுட்டு இருக்கீய... இன்னும் என்ன தகுதி வேணும்?’ என்று ஏளனமாகச் சிரித்தான்.

‘அடி செருப்பால நாயே... ரெண்டு மானச் சுட்டா நீ பெரிய புழுத்தியாடா...? காட்டப் பத்தி என்னடா தெரியும்... ஒழுங்கு மரியாதையா இங்க இருந்து போயிடு... இல்லயின்னா மூஞ்சி மொகரைய எல்லாம் பேத்துருவேன்...’ என ஆவேசமாகக் கத்த தனிக்கொடியும் சக்கையனும் அவசரமாக கண்ணனை வெளியே இழுத்துக்கொண்டு சென்றனர்.

‘யோவ் ஒனக்கு பொறாமைய்யா... ஒன்னால பன்னியச் சுடமுடியல... சின்னப்பய நான் சுட்டுட்டேன்னு... கெழட்டுத் தாயோலி. யாருக்குக் காட்டப் பத்தி தெரியாது சுடத் தெரியாதுன்னு சொன்ன... எனக்குக் காட்டையும் தெரியும் சுடவும் தெரியும்...’ என கண்ணன் போட்ட சத்தம் தோட்ட வீடு முழுக்க எதிரொலித்தது. வீரணனுக்கு அவமானத்தில் உடல் கூசியது.

‘தம்பி நீங்க வாங்க... அப்பா உங்க நல்லதுக்குத்தான் சொல்லுவாரு... எதுவா இருந்தாலும் நாளைக்கிப் பேசிக்கிருவோம்,’ என தனிக்கொடி அவனது கைகளைப் பிடித்து அழைத்துச் சென்றார்.

முந்தைய தினம் வேட்டைக்குப் பயன்படுத்திய துப்பாக்கி துடைத்து பாதுகாக்கப்பட்டிருந்தது. அதனைத் தேடி எடுத்து வந்த சக்கையன் சந்தோசமாக கண்ணனின் கையில் கொடுக்க, அவன் வேண்டா வெறுப்பாக அதனை வாங்கிக்கொண்டு வெளியே சென்றான்.

மரத்திலிருந்து ஒரு குழு தேங்காய் இறக்கிக்கொண்டிருக்க, இன்னொரு குழு தேங்காயை எண்ணி சாக்கில் போட்டுக் கொண்டிருந்தனர். கண்ணன் வேலையாட்கள் இருந்த திசைக்கு எதிர்த்திசையில் ஒரு மரத்தைக் குறி வைத்தான். போதையில் உடல் தள்ளாட, பார்வை நிலையில்லாமல் அசைந்தது. துப்பாக்கியின் விசையை உறுதியின்றி பற்றியிருந்த விரல் தடுமாற, தூரத்து மரத்திலிருந்த பறவையை குறிபார்த்தான். மரமும் பறவையும் இடம் மாறியபடியே இருந்தது. பறவை அமர்ந்திருக்கும் மரம் வேறு வேறாகத் தோற்றமளித்தது. தந்தையின் மீதிருந்த ஆத்திரத்தில் விசையை அழுத்தினான். குறி தவறி பறவை தப்பியது.

எரிச்சலுற்ற கண்ணன் துப்பாக்கியினை ஆத்திரத்தோடு பற்றி வீட்டின் பின்பகுதியில் மேய்ந்துகொண்டிருந்த சேவல்களை நோக்கிச் சென்றான். எல்லாமே சண்டைச் சேவல்கள். ஜமீனுக்கு இருக்கும் முக்கியமான பொழுதுபோக்குகளில் சண்டைச்

சேவல்களை வளர்ப்பதும் அவற்றை பந்தயத்திற்கு எடுத்துச் செல்வதும். அவரைப் பொறுத்தவரை சேவல்கள் பெறுமதியானவை. தனிக்கொடியையும் சக்கையனையும் தவிர்த்து வேறு எவரையும் அந்தச் சேவல்களிடம் நெருங்கவிடுவதில்லை. எல்லாமே பல போட்டிகளில் பந்தயம் அடித்த சேவல்கள். பெரிய கொண்டை கொண்ட சேவலொன்று திமிராக கண்ணனைப் பார்க்க, அவனுக்கு சேவலின் பார்வை தந்தையை நினைவுபடுத்தியது. சேவலைக் கொன்று தனது வெறியைத் தீர்த்துக்கொள்வதென தீர்மானித்த கண்ணன் துப்பாக்கியை அதனை நோக்கித் திருப்பினான். தனிக்கொடி பதறினார். 'தம்பி சேவல சுட்றாதிய... அப்பா பொல்லாதவரா ஆகிருவாரு... வேணாம்ப்பா...' எனத் தடுத்தார். 'யோவ் போய்யா.. இந்த சேவல் மட்டுமில்ல ஜமீன் சொத்துக்கு எல்லாமே நாந்தான் வாரிசு... நான் எத வேணாலும் சுடுவேன்... கொல்லுவேன்...' எனச் சத்தம்போட்டான்.

தோட்டத்தில் வேலை செய்துகொண்டிருந்தவர்கள். வேலையை நிறுத்திவிட்டு அடுத்து என்ன நடக்குமென்கிற பதற்றத்தில் அவனைப் பார்த்தனர். கண்ணன் சேவலைச் சுட இந்த முறையும் குறிதவறி சேவல் பறந்துபோனது... வேலை செய்தவர்களில் யாரோ ஒருவன் தன்னையும் மீறிச் சிரித்துவிட்டான்.

'எந்த புண்டாமகண்டா சிரிச்சது...' என கண்ணன் ஆத்திரத்தில் கத்தினான். வேலையாட்கள் உறைந்துபோய்ப் பார்க்க, துப்பாக்கியை எடுத்து வேலையாட்களை நோக்கிச் சுடத் துவங்கினான். ஆட்கள் பதறி ஓட கண்ணன் அடுத்தடுத்து மருந்தை நிரப்பி ஆத்திரத்தோடு சுட்டுக்கொண்டே இருந்தான்.

'தம்பி வேணாம்ப்பா... சுடாத....' எனக் கத்தியபடியே தனிக்கொடி அவனிடமிருந்து துப்பாக்கியைப் பிடுங்கப் பார்க்க அவரது கையை உதறிவிட்டு கண்ணன் மீண்டும் சுட்டான். கோணியில் வைக்கப்பட்டிருந்த தேங்காய்களின் மீது குண்டு பாய்ந்து தெறித்தது. கிணற்றில் நீர் இறைக்க வைக்கப்பட்டிருந்த கமலையில் பெரும் சத்தத்தோடு குண்டு பாய்ந்ததால் வீட்டிற்குள்ளிருந்து வீரணன் பதற்றத்தோடு ஓடி வந்தார்.

'லேய் கிறுக்குத் தாயோலி, எதுக்கு இப்பிடி வெறிபுடிச்சு அலையுற.. சுட்றத நிறுத்துடா... சொல்றன்ல...' என அவர் சொல்வதைப் பொருட்படுத்தாமல் கண்ணன் சுட்டபடியே

இருந்தான். அவனிடமிருந்து துப்பாக்கியைப் பறிக்க முயன்று தோற்ற தனிக்கொடியும் சக்கையனும் அச்சத்தோடு பார்த்துக் கொண்டிருந்தபோதே ஒரு தோட்டா தனிக்கொடியின் மகளை நோக்கிப் பாய்ந்தது. அவளது இடது கெண்டைக்காலைத் துளைத்து குண்டு சிதற, அவள் வலியில் துடித்து உருண்டாள்.

அவளது அலறல் சத்தம் கேட்டு கண்ணனின் கையிலிருந்து துப்பாக்கி நழுவி விழ, ஓடிவந்த வீரணன் அவனை ஓங்கி அறைந்தார்... 'தாயோலி போடா இங்க இருந்து...' என சத்தம் போட, கண்ணன் இந்தமுறை எதிர்ப்பின்றி அமைதியாக வாசலை நோக்கி நடந்தான். தனிக்கொடிக்கு நடந்ததை விளங்கிக்கொள்ள சில நொடிகள் பிடித்தன. மகளின் அலறல் சத்தம் இன்னும் ஓய்ந்திருக்கவில்லை. சக்கையன் எல்லோருக்கும் முன்பாக ஓடிச்சென்று செல்வியைத் தாங்கிப் பிடித்தான். நிதானத்திற்கு வந்தபோது தனிக்கொடியும் தனது மகளின் வேதனையைக் கண்டு அலறினார். கறுத்து மெலிந்த அவளது காலிலிருந்து சிவந்த குருதி இப்போதைக்கு நிற்கப்போவதில்லையென்கிற உறுதியோடு கொப்பளித்தது. வீரணன் சுதாரித்து தனது ஜீப்பை எடுத்து வந்து நிறுத்தினார்.

'கொடி நீ உடனே புள்ளைய ஆஸ்பத்திரிக்கிக் கூட்டிட்டுப் போ...' என்று சொல்ல செல்வியை ஏற்றிக்கொண்டு தனிக்கொடி ஜீப்பைக் கிளப்பினார். வேலை செய்துகொண்டிருந்தவர்களுக்கு இன்னும் நடுக்கம் குறைந்திருக்கவில்லை. அவர்களது பதற்றத்தைக் கவனித்த ஜமீன், 'என்னடா வேடிக்க வேலையப் பாருங்க... சின்னக் காயந்தான் புள்ளைக்கு ஒண்ணும் ஆகாது...' என சத்தம் போட்டுவிட்டு வீட்டிற்குள் சென்றார். ஜீப் தோட்டத்து எல்லையைத் தாண்டி வெளியேறியபோது, தூரத்திலிருந்து கண்ணன் பார்த்துக்கொண்டிருந்தான்.

★★★

முன்னெப்போதும் இல்லாத உக்கிரத்தில் மின்னல் வெட்டியபோது ஜமீன் வீட்டில் கம்பீரமாய் இருந்த அரசமரம் பற்றி எரிந்தது. உறங்கிக்கொண்டிருந்த பிசாசுகள் விழித்துக்கொண்டதுபோல் நெருப்பின் சத்தம் காற்றோடு சேர்ந்து ஓலமிட்டது. அந்த வீட்டையும் ஜமீனின் வம்சத்தினையும் விழுங்கிப் பொசுக்கிவிடும் தீவிரத்தோடு பற்றியெரிந்த மரத்தை ஜமீன் குடும்பத்தினர் அச்சத்தோடு பார்த்துக்கொண்டிருந்தனர்.

நீண்ட நேரத்திற்குப்பின் பெய்த பெருமழையால் மரத்தினைப் பற்றியிருந்த நெருப்பு ஓய, பாதி எரிந்த மரம் கொடும் பிசாசைப்போல் காட்சியளித்தது. அச்சம் நிரம்பிய நீண்ட இரவில் ஜமீன் குடும்பத்தினர் உறங்கும் துணிவற்றுப் போயினர். மழை ஓய்ந்து காட்டின் சப்தம் மட்டும் நிறைந்திருந்த பின்னிரவில் முன்வாசலில் எரிந்துகொண்டிருந்த அகல் விளக்குகளில் பாதிக்கும் மேல் காற்றில் அணைந்துபோயின. வெளியே ஜீப் வரும் சத்தம் கேட்டு வீரணன் எழுந்து வந்தார்.

தனிக்கொடியும் சக்கையனும் ஜீப்பிலிருந்து இறங்கியபோதே எரிந்து அடங்கியிருந்த மரத்தைப் பார்த்து ஸ்தம்பித்தார்கள். சக்கையனின் கால்கள் நின்ற இடத்திலேயே உறைந்துபோக, தனிக்கொடி மட்டும் வாசலை நோக்கி நடந்தார். மரத்திலிருந்து விழுந்து சிதறிய காகத்தின் முட்டைகள் உடைந்துபோனதால் தாய்க்காகம் அந்தக் கூண்டை சுற்றி வந்து கத்திக்கொண்டிருந்தது. சடாரென மின்னல் தாக்கியதுபோல் சக்கையனுக்கு உடல் அதிர்வு கண்டு ‘ஏய்..’ என அரற்றினான்.

காட்டையும் மலையையும் எழுப்பிய அரற்றல். ‘என் கூட்டக் கலச்சியில்லடா… யாவகம் இருக்கா.. இந்தக் காடும் மலையும் என்னதுன்னு நான் சொன்னது யாவகம் இருக்கா.. நான் எங்கியும் போகல…. இங்கதான் இருக்கேன்…. எல்லாத்தையும் பாத்துட்டு இருக்கேன்… என்னய ஒளிச்சு வெச்சிரலாம்னா நெனச்ச…. போகும் காலம் வந்துருச்சுடா… போகும் காலம் வந்துருச்சு… நான் குடுத்து நூறு வருசக் கெடு முடிஞ்சி உங்க எல்லாருக்கும் போகும் காலம் வந்துருச்சு…’ என வெறிகொண்டு அரற்றிய சக்கையன் அங்கிருந்து ஊரைநோக்கி ஓடியபோது அவனது வேஷ்டி உருவி மண்ணில் விழ, அவன் கோவணத்தோடு இருளில் ஓடி மறைந்தான்.

சக்கையனின் சத்தம் கேட்டு ஜமீனின் குடும்பத்தினர் அத்தனை பேரும் வாசலுக்கு வந்திருந்தனர். கொடுங்கனவொன்றை அவன் நினைவுபடுத்திவிட்ட மிரட்சியில் அவர்கள் உறைந்துபோயிருக்க, வீரணன் அச்சத்தைக் காட்டிக்கொள்ளாமல் தனிக்கொடியிடம் பேச்சுக் கொடுத்தார்.

'பிள்ளைக்கு ஒண்ணும் ஆகலையே கொடி, நல்லாத்தான இருக்கா...?'

தனிக்கொடி இயலாமையோடு 'கால்ல நல்ல காயம், பயப்பட வேணாம்னு டாக்டர் சொல்லி இருக்காரு... ஆனா பொம்பளப் புள்ள... நாளைக்கி ஒரு கலியாணம் காட்சி எப்பிடி பண்ணிக் குடுக்கறதுன்னு தெரியலங்கய்யா...'

என்று கவலைப்பட்டார். 'ஏய் என்னப்பா நீ என்ன அடுத்த ஆளா... அதையெல்லாம் நான் பாத்துக்கிட மாட்டனா? மேலுக்கு சொகமாகற வரைக்கும் நீ புள்ள கூட இருந்து பாத்துக்க...' என வீரணன் ஆறுதல் சொன்னார். அவர்கள் பேசிக்கொண்டிருந்ததைப் பின்னால் நின்று கேட்டுக் கொண்டிருந்த வீரணனின் மனைவி, 'நல்லவேள... அவளுக்கு எதாச்சும் ஆகிடுச்சுன்னா யாரு வந்து வேலையப் பாக்கறதுன்னு தவிச்சுட்டு இருந்தேன்...' என்றபடியே வீட்டிற்குள் செல்ல, தனிக்கொடி அவளை முறைத்தார். அவரது முகமாற்றத்தைக் கவனித்த வீரணன் கொடியின் தோளில் கைவைத்து ஆறுதலாகத் தட்டிக் கொடுத்தார்.

'அவென் அப்பிடியே வளந்துட்டான் கொடி... உனக்குத் தெரியாதா அவனப் பத்தி... வேணும்னு செஞ்சிருக்க மாட்டான்... நீ எதையும் மனசுல வெச்சுக்காத... நீ ஆஸ்பத்திரி பக்கம் போனதுமே கண்ணன கண்டிச்சுட்டேன்... இனிமே வீட்டுப் பக்கமே வரக்கூடாதுன்னு சொல்லித் தொரத்திவிட்டுட்டேன். கொஞ்சநாளைக்கிக் காட்டுக்குள்ள போயி கஞ்சி இல்லாம கெடக்கட்டும் அப்பதான் புத்தி வரும்...' என ஆத்திரமாகச் சொன்னதைத் தனிக்கொடி பொருட்படுத்தவில்லை.

மெல்ல அவரிடமிருந்து விலகிக்கொண்ட ஜமீன், 'ஆஸ்பத்திரி செலவுக்கு துட்டு குடுக்கச் சொல்றேன், வாங்கிட்டுப் போ....' என்றபடியே திரும்பி தன் மனைவியைக் கூப்பிட்டார். அந்தப் பெண் என்னவென்று எட்டிப்பார்க்க, 'கொடி கிட்ட கொஞ்சம்

ரூவா குடுத்துவிடு... அப்பறம் போன வருசம் திருவிழாக்கு நம்ம பாப்பாவுக்கு ஒரு பாவாட தாவணி எடுத்தயில்ல... அதையும் குடுத்துவிடு..' என்று சொல்ல அந்தப் பெண் வேகமாகச் சென்று உள்ளேயிருந்த ரூவாயையும் துணிகளையும் எடுத்து வந்து தனிக்கொடியின் கையில் கொடுக்க, அவர் வேண்டாவெறுப்பாக வாங்கிக்கொண்டார்.

படியிறங்கித் தனிக்கொடி கிளம்பும்போது தனது மனதில் எழுந்த சந்தேகத்தை அவரிடம் கேட்டுவிட வேண்டுமென வீரணன் துடித்தார். 'அப்ப எல்லாம் நெசந்தானா கொடி... நூறு வருசத்துல இந்தக் காடு அழியும்னு எங்க தாத்தா காலத்துல தேராடி சாமியிறங்கிச் சொன்னது நடந்துரமா?' எனக் கேட்டபோது முதல்முறையாக அவரது குரலில் நடுக்கமிருந்ததைத் தனிக்கொடி புரிந்துகொண்டார்.

'எனக்குத் தெரியலங்கய்யா... ஆனா இந்தக் காடும் மலையும் இத்தன வருசம் நாம பாத்தது மாதிரி இல்லங்கறது மட்டும் நெசம். அதுமில்லாம பளியனுங்களோட சாமிக்கு என்னாச்சுங்கற உண்ம உங்க குடும்பத்த தவிர யாருக்கும் தெரியாது. இத்தன வருசமா அடங்கிக் கிடந்த அது இன்னிக்கி ஆங்காரமா எந்திரிச்சிருக்குன்னா என்ன வேணாலும் நடக்கும்னுதான் தோணுது...' என்று சொல்லிவிட்டு வேகமாக இறங்கி வீதியை நோக்கி நடந்தார். தனிக்கொடியின் அந்தக் குரல் வீரணனை நடுங்கச் செய்தது. ஒரு நூற்றாண்டாய் இந்தக் காட்டையும் மலையையும் கட்டி ஆண்ட தன் குடும்பத்தின் அந்திம காலத்தைப் பார்த்துவிட்ட நடுக்கமது.

★★★

மருத்துவமனையிலிருந்து திரும்பிய செல்வியைப் பார்க்க அவளது தாய்க்கு ஆற்றமாட்டாமலிருந்தது. குற்றவுணர்விலும் ஆறுதல் சொல்ல முடியாத ஏமாற்றத்திலும் தனிக்கொடி தன் மனைவி அரற்றியதையெல்லாம் அமைதியாகக் கேட்டுக்கொண்டிருந்தார். ஊர்க்காரர்கள் வந்து நலம் விசாரித்துவிட்டுப் போனார்கள். முத்தையா சாமியாடி அவளுக்கு விபூதி போட்டுவிட்டான். அதிர்ச்சியிலிருந்து மீண்டிருக்காத செல்வியின் இடது கால் முன்னைப் போல் செயல்படவில்லை. அத்தோடு பேச்சும் வராமல் போனது. சிறிய சத்தம்கூட துப்பாக்கி வெடிக்கும் சத்தத்தை நினைவுபடுத்தியதால் உறங்கமுடியாமல் தவித்தாள்.

'படிச்சுப் படிச்சு சொன்னனே கேட்டியா? இப்ப இந்தப் புள்ளய என்னண்டு ஒருத்தனுக்குக் கெட்டிக் குடுக்கறது? நம்ம பொழப்புதான் காலம் பூரா பிச்சக்காரப் பொழப்பா போயிருக்குன்னா நம்ம பிள்ளைக பொழப்பும் அப்பிடித்தான் போகணுமா? ஏய் பொம்மக்கா... கண்ணுருந்தும் நீ என் புள்ளையக் காப்பாத்தாம போனியே... இன்னும் எத்தன காலத்துக்கு இந்த மானங்கெட்ட ஊருலு நாங்க சீப்பட்டு கெடக்கணுமோ...? நா கும்புடற சாமின்னா எங்களுக்கு ஒரு வழியக் காட்டு...' என இரவெல்லாம் அரற்றியவள் ஜமீனின் குடும்பமே வெளங்காமல் போகவேண்டுமென சாபமிட்டாள். வாசலில் உறங்கமுடியாமல் புரண்டு படுத்துக் கொண்டிருந்த தனிக்கொடி விடிவதற்கு முன்பாகவே எழுந்து சென்றுவிட்டார்.

★★★

கண்ணன் மலைவீட்டில் பழனியைத் துணைக்கு வைத்துக் கொண்டு இரவு பகல் பாராமல் குடித்தான். தந்தையிடமிருக்கும் அதிகாரத்தினைக் கைப்பற்றிக்கொள்ளும் வெறி அவனுக்குள் கொழுந்துவிட்டு எரிந்தது.

'தம்பி அப்பா சத்தம் போட்டாரென்னு வருத்தப்படாதிய... ரெண்டு நாள் போனா எல்லாத்தையும் மறந்துருவாரு..' என பழனி ஆறுதலாகச் சொல்ல, 'எலேய் சுன்னி நீ எனக்கு வேல பாக்கறியா அந்தத் தாயோலிக்கு வேல பாக்கறியா? அவெ என்ன பெரிய புழுத்தியா... அவன் சங்க அறுத்துப் போடறனா இல்லையா பாரு... ஜமீனாம் சுன்னியாம்...' என கண்ணன் கத்தினான்.

பழனிக்கு திக்கென்றிருந்தது. கூடுதலாக எதையும் சொல்லி கண்ணனின் ஆத்திரத்தை வளர்க்கக் கூடாதென நினைத்தவனாய் அடுப்பிலிருந்த பன்றி இறைச்சியை வதக்கினான். கண்ணனுக்கு உடல் ஒரு நிலையில் இல்லை. தந்தையின் மீதிருந்த ஆத்திரம் தீர வேண்டுமானால் உடலின் வெறியடங்க வேண்டும். வீட்டிற்குள் நீண்ட நேரமாக நடந்தவன் ஒரு முடிவுக்கு வந்தவனாக வேக வேகமாக மலையிலிருந்து ஊரை நோக்கி இறங்கினான். அந்த இரவில் டார்ச் லைட்டுமில்லாமல் துப்பாக்கியோடு ஆங்காரமாக இறங்கியவனைக் கண்ட பழனி, 'தம்பி தம்பி இருங்க நானும் வரேன்... என பின்னாலேயே ஓட... துப்பாக்கியைத் திருப்பிப் பிடித்து ஓங்கி அவன் நெஞ்சில் அடித்தான். அடிபட்ட வலியோடு சுருண்டு விழுந்த பழனி வலியில் அலற...

'நீ எதுக்குடா எங்கூட வர மயிரே... நான் பொம்பளையத் தேடிப் போறேன், வந்து வெளக்குப் புடிக்கிறியா..? ம்ம்ம் புடிக்கிறியாடா..? என கண்ணன் கத்த, பழனி உடலைக் குறுக்கி அப்படியே படுத்துக் கொண்டான்.

★★★

மயில்களின் அகவல் ஒலி ஊரை எழுப்பிய அதிகாலையில் வீரணனின் மனைவி மாரிலடித்து அலறிய சத்தம் கேட்டு வீட்டிலிருந்தவர்கள் விழித்துக்கொண்டனர். பின்வாசலிலிருந்து ஒருபோதுமில்லாத அழகோடு காலைநேரத்தின் சூரியவெளிச்சம் வீட்டிற்குள் படர்ந்திருந்தது அந்தச் சூழலுக்குப் பொருந்தாமலிருந்தது. பொம்மக்காவின் சத்தத்தில் தொந்தரவான நாய்களும் அவளுக்கு இணையாகக் குரைக்க, அவளது இளையமகன் ஓடிப்போய் இரண்டு நாய்களையும் சத்தம் போட்டு அமைதிப்படுத்தினான். அந்த வீட்டின் பாதுகாப்பறையிலிருந்த இரும்புப்பெட்டி உடைக்கப்பட்டிருந்ததைக் கண்ட வீரணனும் அவரது குடும்பத்தினரும் அதிர்ச்சியில் உறைந்துபோயிருந்தனர். பர்மாவில் செய்யப்பட்ட இரும்புப்பெட்டி அது. அத்தனை எளிதில் திறக்கமுடியாத அதனை உடைத்துத் திருடுமளவிற்குத் திறமையானவன் இந்த ஊரில் இருக்கக்கூடுமென்கிற நினைப்பே அவரது ஆத்திரத்தைக் கிளறியது.

'மரம் மாதிரி நின்னுட்டு இருக்கியளே பாவா? எந்தத் தாயோலின்னு வெரசக் கண்டுபிடிங்க... களவாண்ட பொருளோட ஊரவிட்டு ஓடிப்போறதுக்குள்ள கண்டுபிடிச்சு அவன் ஈரக்கொலைய அத்துருங்க பாவா...' என பொம்மக்கா ஆங்காரமாய்க் கத்தினாள். அவளது பெருத்த உடல் ஆங்காரம் தாங்காமல் அதிர சேலை நழுவி அருவருப்பான அவளது முலைகள் ஜாக்கெட்டிற்குள் திமிறிக்கொண்டிருந்தன. வேலைக்காரர்கள் அத்தனை பரபரப்பிலும் பருத்த அவளது முலைகளைக் கவனிக்க மறக்கவில்லை. 'ஒக்காலோலிகளா...' என வீரணனின் சத்தம் கேட்டு அந்த முலைகளிலிருந்து கவனத்தைத் திருப்பிக்கொண்டனர்.

'என் வீட்டுக்குள்ள வந்து களவாங்கற அளவுக்கு இந்த ஊர்க்கார நாயிகளுக்குத் திமிரு வந்துடுச்சா...?' எவனா இருந்தாலும் விடமாட்டேன்...' என ஆத்திரத்தோடு கத்திய ஜமீன், 'லேய் முத்தையா ஜீப்ப எடுத்துட்டுப் போயி டவுன்ல இருந்து போலிஸக் கூட்டியா...?' என உத்தரவிட்டார். முத்தையாவின் ஜீப் ஊர் எல்லையைத் தாண்டிச் செல்வதற்கு முன்பாகவே செய்தி மக்களுக்குத் தெரிந்துவிட்டிருந்தது.

★★★

ஜமீன் வீட்டு ஆளொருவன் 'இன்னிக்கி யாரும் எந்த வேலைக்கும் போகக் கூடாதாம்... ராசா வீட்டு முன்னால வந்து நிக்கணும்னு உத்தரவுங்கோ...' என தமுக்கடித்தபடியே ஊர் முழுக்கச் சுற்றிவந்தான். முந்தைய நாள் மிஞ்சியிருந்த கம்மங்கஞ்சியைக் குடித்த மக்கள் வெயில் உச்சிக்கு ஏறுவதற்கு முன்பாகவே ஜமீன் வீட்டிற்கு முன்னால் திரண்டிருந்தனர். பாதி எரிந்த நிலையிலிருந்த மரம் எல்லோரையும் அச்சுறுத்துவதாய் இருந்தது. ஜமீனின் விசாரணையை நினைத்து மக்களுக்கு அச்சத்தில் உள்ளங்கால் வியர்த்தது. செருப்பில்லாத கால்களோடு வெயிலில் நின்றவர்களுக்குத் தாகம் எடுத்தாலும் நீர் கேட்டு வாங்கிக் குடிக்கும் துணிவில்லை.

டவுனிலிருந்து வந்த போலிஸ்காரர்கள் வீடு முழுக்க சோதனை போட்டார்கள். வீரணனின் மனைவி தலைவிரிகோலமாய் முன்வாசலில் அமர்ந்திருக்க, சண்முகத்தாய் அவளுக்குத் தண்ணீர் குடுத்தாள். தண்ணீர் வேண்டாமென மறுத்த அந்தப் பெண்ணுக்கு ஊர்க்காரர்கள் அத்தனை பேரும் திருடர்களாகத் தெரிந்தார்கள்.

'இங்க இருக்க ஏதோவொரு தூமியக்குடிக்கிதான் திருடியிருக்கணும்... ஒருத்தனையும் விடாம கட்டி வெய்யிங்க பாவா... கட்டிவெச்சி முதுகுத் தோல உரிச்சாதான் உண்மையச் சொல்லுவாய்ங்க...' எனச் சத்தம் போட்டு அரற்றினாள். காலையிலிருந்து அழுது அரற்றியதில் அவளுக்குத் தொண்டைத்தண்ணீர் வற்றிப்போனது. செய்தியறிந்த கண்ணன் தாமதமாக அங்கு வந்தான்.

வேலைக்காரர்களை விசாரித்துக்கொண்டிருந்த இன்ஸ்பெக்டர் வீரணனை நெருங்கி 'ஐயா இத்தன பாதுகாப்பத் தாண்டி உள்ள வந்து திருடணும்னா உங்களுக்கு ரொம்ப நெருக்கமான ஆளு எவனோதான் செஞ்சிருக்கணும்,' என்று சொன்னதை வீரணனும் ஆமோதித்தார்.

'உங்ககிட்ட வேல பாக்கற எல்லாரும் இங்க இருக்காய்ங்களா?' என இன்ஸ்பெக்டர் கேட்க, வீரணன் எல்லோரையும் ஒருமுறை திரும்பிப் பார்த்தார். அந்தக் கூட்டத்தில் பழனி மட்டும் இல்லாமல் இருப்பது தெரிய 'லேய் கண்ணா பழனி எங்கடா?' எனத் திரும்பி தன் மகனிடம் கேட்டார். 'எங்கிட்டக் கேட்டா எனக்கென்ன தெரியும்? நேத்துப் பொழுசாயம் பாத்தேன். அதுக்கு அப்பறம்

காட்டுக்காவலுக்கு எதும் போயிருப்பானோன்னு நெனச்சேன்.' என கண்ணன் சொல்ல, கூட்டத்திலிருந்த ஒரு வேலைக்காரன் அவசரமாக 'ஐயா நேத்துக் காட்டுக்காவலுக்கு நானும் என் தம்பியும்ல போனோம்... பழனிக்கு அடுத்த வாரத்துலதாங்கய்யா காவலு முற...' என்று சொல்ல, அதுவரையிலும் தரையில் தலைவிரிகோலமாய் அமர்ந்திருந்த ஜமீனின் மனைவி அவசரமாக எழுந்து கூந்தலை அள்ளி முடிந்தாள்.

'நான் போட்ட எச்சியத் தின்னு வளந்த நாயி என் வீட்டுலயே திருடுதா? பாவா அவன விடாதிய பாவா... எலேய் அந்த நாய எங்க இருந்தாலும் புடிச்சுத் தூக்கிட்டு வாங்கடா...' என சத்தம் போட்டபடியே வீட்டிற்குள் சென்றாள்.

கூட்டத்திலிருந்து ஓடி வந்த வள்ளி ஜமீனின் காலில் விழுந்தாள்.

'ஐயா என் புருசன் அப்பிடியாப்பட்ட ஆளு இல்லங்கய்யா... ஒருநாளும் உங்க வீட்டுல திருடியிருக்க மாட்டாரு...' என அரற்றினாள்.

அவளிடமிருந்து தனது கால்களை அவசரமாக விலக்கிக்கொண்ட ஜமீன் ஓங்கி அவளது நெஞ்சில் உதைத்தார். நிறை மாதக் கர்ப்பிணியான அவளது அலறலைக் கேட்டு ஊர்க்காரர்கள் திகைக்க, உதைபட்ட வலியையும் பொருட்படுத்தாமல் 'ஐயா என் புருசன் தப்பு பண்ணி இருக்க மாட்டான் அவன விட்றுங்கய்யா..' என மீண்டும் கத்தினாள்.

'ஏய் அப்பிடின்னா அவென் எங்கடி போனான் முண்ட... அவென் திருடுன நகையும் காசும் என் பீக்கு சமானம். ஆனா என் வீட்ல கைவைக்கணும்னு தோணி இருக்குல்ல... அத மன்னிக்க மாட்டேன்...' என கத்தியபடியே படியிறங்கி ஜீப்பை நோக்கிச் செல்ல, அவரது ஆட்களும் சென்றார்கள். ஜீப்பின் அருகில் நின்றிருந்த சக்கையன் எதையோ சொல்லப் போக 'என்னடா சக்கையா இது அவன் மட்டும் செஞ்ச வேலையா? இல்ல நீயும் கூட்டா?' என ஜமீன் கேட்டதும் அடங்கிப் போனான். 'அவென் மட்டும் கெடக்கலைன்னா ஒன் குடும்பத்துல ஒருத்தரையும் விடமாட்டேன் பாத்துக்க.' என்று இரைந்தபடியே ஜீப்பில் ஏறிக் கிளம்பினார்.

ஊர்க்காரர்கள் அங்கிருந்து களைந்து செல்லத் துவங்கினார்கள். வள்ளி, சக்கையனிடம் ஓடிவந்தாள். ‘மாமா எதாச்சும் செஞ்சி அவரக் காப்பாத்து மாமா...’ என கையெடுத்துக் கும்பிட்டாள். கையறுநிலையோடு பார்த்த சக்கையன், ‘எத்தா அவன் திருடியிருக்க மாட்டான்னு உனக்கும் எனக்கும் மட்டுமில்ல ராசா குடும்பத்துக்கும் தெரியும். அதையும் மீறி அவன் மேல திருட்டுப் பட்டம் கட்றாய்ங்கன்னா வேற ஏதோ நடந்திருக்கணும்... நீ வீட்டுக்குப் போ... நா என்ன செய்ய முடியும்னு பாக்கறேன்...’ எனச் சொல்லிவிட்டு சக்கையன் தனிக்கொடியை நோக்கிச் சென்றான்.

★★★

மலையடிவாரத்தில் ஓடையை ஒட்டியிருந்த பளிச்சியம்மன் கோவிலடியில் முந்தைய இரவு குடித்த சாராயத்தின் போதை தெளியாமல் உறங்கிக் கொண்டிருந்த பழனியை ஜமீனின் ஆட்கள் நான்கு பேராகச் சேர்த்துக் குண்டுக்கட்டாகத் தூக்கி வந்து ஊர் மந்தையில் போட்டார்கள். அவனைத் தூக்கி வரும் சேதி கேட்டு மந்தையில் திரண்டிருந்த ஊர்க்காரர்களுக்கு நடக்கப்போவதை நினைத்து ஈரக்கொலை நடுங்கியது.

போதையில் உருண்ட பழனியின் உடலில் கோவணம் மட்டுமே மிஞ்சியிருக்க, இரண்டுபேர் பானையிலிருந்த நீரை அவன்மேல் ஊற்றினர். அருவியென உடலில் விழுந்த நீரால் திகைப்புற்ற பழனி 'யார்ரா சுன்னி என்மேல தண்ணிய ஊத்துனது என தள்ளாடியபடியே எழுந்தான். வள்ளி ஓடிவந்து அவனைத் தாங்கிப் பிடிக்க முயல சக்கையன் பிடித்து நிறுத்தினான். 'வேணாம்த்தா. போகாத...' என துயரத்தோடு சொன்னவனின் கைகளை உதறினாள்.

அவளின் பதற்றத்தைப் புரிந்துகொண்டு தனிக்கொடியும் சக்கையனுமாக விடாப்பிடியாக அவளைப் பிடித்து நிறுத்தினார்கள். மந்தையில் நடக்கப்போகும் கொடுமைகளைப் பார்க்கவேண்டாமென வள்ளியை வீட்டிற்கு அனுப்பினார்கள். 'இல்ல நா எங்கியும் போகமாட்டேன். என் புருசன கூட்டிட்டுத்தான் இங்க இருந்து போவேன்...' என அவள் பிடிவாதமாகச் சொல்ல, 'தயவுசெஞ்சு புரிஞ்சுக்கத்தா... முழுகாம இருக்க பிள்ள இதையெல்லாம் நீ பாக்கக் கூடாது... நீ இங்க இருக்கது உங்க ரெண்டு பேருக்குமே நல்லதில்ல...' என சக்கையன் வலுக்கட்டாயமாக அவளை அங்கிருந்து அனுப்ப முயன்றான். முத்தையாவும் சக்கையனின் மனைவியும் வள்ளியை வீட்டிற்கு இழுத்து வந்தார்கள். அடைத்துக் கிடந்த கதவிற்குப் பின்னால் அவளது அழுகுரல் ஓய்ந்தபாடில்லை.

ஜமீன் தனது குடும்பத்துடன் மந்தைக்கு வந்துசேர்ந்தபோது பழனிக்கு சற்றேறக்குறைய மயக்கம் தெளிந்திருந்தது. வேப்பமரத்தில் கட்டப்பட்டிருந்த அவனது உடலில் ஏற்பட்ட காயங்களின் மீது எறும்புகள் ஊர்ந்துகொண்டிருக்க, வலியில் உடலை உதறினான். தலை கிறுகிறுக்க தன்னெதிரில் திரண்டிருந்த ஊர்க்காரர்களைப் பார்த்து,

'ஏய் பைத்தியாரத் தாயோலிகளா உங்களுக்கு என்ன கேடு

வந்துச்சுன்னு என்னயக் கட்டி வெச்சிருக்கீங்க... அவுத்துவுடுங்கடா கண்டாரோலி மவனுகளா...' எனக் கத்தினான்.

வண்டியிலிருந்து இறங்கிய வீரணன் ஒருவனிடம் கட்டை அவிழ்த்துவிடச் சொன்னார். பழனியின் உடலில் இறுகக் கட்டப்பட்ட கயிற்றின் தடம் அழுந்த பதிந்திருந்தது.

'ஐயா என்னய எதுக்குக் கட்டி வெச்சாய்ங்க... எவன்னு கேட்டுத் தூக்கிப் போட்டு மிதிங்கய்யா...' என்றபடியே கண்ணனை நோக்கி நடந்த பழனியை வீரணன் எட்டி உதைத்தார். நிலைதடுமாறி அவன் கீழே விழ, வீரணன் அவனது முகத்திலும் உடலிலும் இடைவிடாமல் உதைத்தார்.'

என் வீடேறி களவாண்டதுமில்லாம அகராதியா வேற பேசறியாடா புண்டாமவனே...' என்றபடியே உதைக்க, அவரோடு சேர்ந்து கண்ணனும் வீரணனின் மனைவியும் மிதித்தார்கள்.

'ஐயா எனக்கு எதுவும் தெரியாதுங்கய்யா... நான் களவாடளங்கய்யா..' என பழனி அலறின சத்தம் ஊர்க்காரர்களை எட்டமுடியாத அளவிற்கு ஜமீன் குடும்பத்தினரின் வசைகள் இரைந்தன. அவர்களின் அடி உதையிலிருந்து தப்பி ஓட முயன்று பழனி தோற்றான். ஆங்காரத்தில் ஜமீனின் வேட்டி பாதிக்கும் மேல் உருவிக்கொண்டுவிட கிடைத்த இடைவெளியில் அவரது கொட்டையைப் பற்றி கையோடு பழனி இழுக்க உதைப்பதை நிறுத்திவிட்டு ஜமீன் வலியில் அலறினார்.

ஜமீனின் ஆட்கள் அவசரமாக ஓடிவந்து அவனை அவரிடமிருந்து பிரிக்கப் போராடினார்கள். ஜமீன் வலியில் துடித்து அலற, பழனி தனது வலியையும் பொருட்படுத்தாமல் ஆங்காரத்தோடு ஜமீனின் விதைக்கொட்டைகளைப் பற்றினான். ஆட்கள் இழுத்துப் பின்னால் போட்டபின் ஜமீன் வலியில் சுருண்டு படுத்துக் கொண்டார். கீழே விழுந்தும் ஆத்திரம் அடங்காத பழனி திமுதிமுவென எழுந்து மீண்டும் ஜமீனை நோக்கி ஓட கண்ணனும் அவனது தாயும் அவசரமாக மறைத்தனர்.

அடிபட்ட வெறியில் என்ன செய்வதெனத் தெரியாத பழனி, ஜமீன் மனைவியின் சேலையோடு சேர்த்து அவளது ரவிக்கையையும் கிழித்து எடுக்க, ஊர் முன்னால் நிர்வாணப்பட்ட அவமானத்தில் அவள் அவசரமாக ஓடிப்போய் ஜீப்பில் ஏறிக்கொண்டாள்.

கண்ணனுக்கு ரத்தம் கொதித்தது. ஜீப்பிலிருந்து சாட்டையை எடுத்தவன் வெறியின் உச்சத்தில் பழனியை அடித்தான். நான்காவது அடியிலேயே மயங்கிப்போன பழனிக்கு அதன் பிறகு நடந்த எதுவும் நினைவில் இல்லை.

மயக்கம் தெளிந்து எழுந்தபோது பழனியின் தலை மொட்டையடிக்கப்பட்டிருந்தது. அவனது தலையில் கரும்புள்ளி செம்புள்ளி குத்தி கழுதையின் மேல் ஏற்றினார்கள். அவனது கைகள் கட்டப்பட்டிருந்தன. ஜமீனின் வேலையாட்கள் கழுதையின் மீது அவனை அமரவைத்து ஊரைச் சுற்றி வந்தனர். சக்கையனுக்கு உடல் கொதித்தது. இயலாமையில் குமுறி அழுதவனைத் தனிக்கொடியும் முத்தையாவும் சமாதானப்படுத்தினார்கள். ஊர்வலம் வரும் சத்தம் கேட்டு வீட்டிலிருந்து வெளியே வந்த வள்ளி தனது கணவனின் நிலை கண்டு கதறியழுதாள். வேடிக்கை பார்த்த ஊர்க்காரர்கள் எவருக்கும் அந்த அநீதியைத் தடுத்து நிறுத்தும் துணிச்சலில்லை. ‘ஐயா வீட்டுல திருடுனதுக்கும் மந்தையில இவென் செஞ்சதுக்கும் கைவேற கால்வேறயா வெட்டிக் கொண்ணுருக்கணும்... சக்கையனுக்காக உசுரோட விட்றுக்காரு...’ என ஜமீனின் வேலைக்காரன் ஒருவன் வள்ளியைப் பார்த்துக் கத்திவிட்டு கழுதையை முன்னால் பத்தினான். மயங்கிய நிலையில் கழுதையின் மேல் அமர்ந்திருந்த பழனி அந்த வீதியின் முனையைக் கடந்தபோது திரும்பி வள்ளியைப் பார்த்தான். ஒருபோதும் தீர்க்க முடியாத துயரும் வலியும் அவளது முகத்தில் நிரம்பியிருந்தது.

இனி ஊர் எல்லைக்குள் வரக்கூடாதென்கிற எச்சரிக்கையோடு துரத்தப்பட்ட பழனியை சக்கையன் ஆஸ்பத்திரிக்கு அழைத்துச் சென்றான். உடலெங்கும் படர்ந்திருந்த அவமானத்தின் தடயங்கள் ஏற்படுத்திய வலியால் துடித்த பழனி ‘எண்ணே இந்த ஊருக்குத் திரும்பி வந்து தப்பு பண்ணிட்டண்ணே... என் வாழ்க்கையவே அழிச்சிட்டாய்ங்கண்ணே...’ என கதறினான். ‘பத்து நாளைக்கி ஆஸ்பத்திரிலேயே இருடா... மேலுக்குச் சொகமானதும் வள்ளியக் கூப்புட்டுக்கிட்டு நீ எஸ்டேட்டுக்குப் போயிரு... எங்க தலையெழுத்து எப்பிடியோ போகட்டும், இனி நீ இங்க இருக்காத...’ என சக்கையன் கலக்கத்தோடு சொன்னான்.

‘இல்லண்ணே, அவய்ங்கள விடக்கூடாதுண்ணே... அவய்ங்களக் கறுவறுத்தாதாண்ணே எனக்குத் தூக்கம் வரும்...’ என

அனத்தியபடியே இருந்தான். அடிபட்டதில் உண்டான காயங்களில் ரத்தம் கட்டிப்போயிருந்தது. புரண்டு படுக்க முடியாமல் ஆஸ்பத்திரியின் படுக்கையில் கிடந்தவனுக்குள் பழியுணர்ச்சி கொழுந்துவிட்டு எரிந்தது.

மயக்க ஊசிகளுக்குப் பின்னால் உறங்கிய பழனி ஓரிரு நாட்களுக்குப்பின் தன்னுடலில் கடுமையான வலியை உணர்ந்தான். எழுந்து நிற்க முடியாத அளவிற்கு இரண்டு கால்களும் வீங்கிப் போயிருந்தன. வள்ளி அவனருகில் தரையில் கிடந்தாள். இத்தனை அவமானங்களுக்குப்பின் அவளது முகத்தை எதிர்கொள்ளும் துணிவில்லாதவனுக்கு அழுகை முட்டியது. சத்தம் கேட்டு விழித்துக்கொண்ட வள்ளி,

‘என் சாமி... அன்னிக்கே சொன்னனே கேட்டியா... இப்ப நாம நாதியத்துப் போயி கெடக்கமே... ஐயோ...’ என அழுதவளின் தலையைப் பற்றி பழனி ஆறுதலாகத் தடவிக்கொடுத்தான்.

‘நீ சொன்னதுதாண்டி சரி... எனக்கு எந்திரிச்சு நிக்க தெம்பு வந்ததும் நாம ஊரவிட்டுப் போயிருவோம்’ என்றான் பழனி.

நான்கு நாட்களுக்குப்பின் பழனியைப் பார்க்க மருத்துவமனைக்கு வந்தான் கண்ணன். அவனைப் பார்த்துப் பதறிப்போன தாதி அங்கிருந்து வெளியேறிவிட, ஆளரவம் கேட்டு விழித்த பழனிக்கு எதிரிலிருந்தவனைப் பார்த்து அச்சமேற்பட்டது. உடல் நடுங்க, ‘ஐயா சத்தியமா நான் களவாங்கலய்யா... யாரோ என்னயத் தப்பா சொல்லிட்டாங்க... நான் களவாங்கலய்யா... என்னய விட்றுங்க...’ என கையெடுத்துக் கும்பிட்டான். அமைதியாக அருகிலிருந்த இரும்பு நாற்காலியில் அமர்ந்த கண்ணன்,

‘ம்ம்ம்... நீ களவாங்கலன்னு சொல்ற ஆனா நம்ம பண்ணையில வேல பாக்கறவனுக உன்னயத் தூக்கிட்டு வாரப்போ உன் இடுப்புல நீ நகைய சுருட்டி வெச்சிருந்ததா அப்பாகிட்ட சொல்லி இருக்கானுக... நான் எத நம்பறது?’ என்றபடியே சோர்வாகப் பார்த்தான்.

‘அந்தத் தாயோலிக பொய் சொல்றானுக ஐயா... உங்ககூட இத்தன நாளு இருந்திருக்கனே உங்களுக்குத் தெரியாதா என்னயப் பத்தி,’ என பழனி கேட்க, நிமிர்ந்து பார்த்த கண்ணன்,

‘தெரியும் பழனி, அதனாலதான் இவ்வளவுக்கு அப்பறமும்

உன்னயப் பாக்க வந்தேன். நீ களவாங்கல சரி மந்தைல நாங்க அடிக்கிறப்போ எம்புட்டு நெஞ்சழுத்தம் இருந்தா எங்கம்மா மாரப் புடிச்சு இழுப்ப...' என ஆத்திரமாக் கேட்டான். பதிலற்றுப்போன பழனி அமைதியாக தலையைக் குனிந்துகொள்ள,

'செரி ஆனது ஆகிப்போச்சு, நீ மேலுக்குச் சொகமானதும் நம்ம தோட்ட வீட்டுக்கு வந்துரு. நானும் இனிமே வீட்டுக்குப் போறதா இல்ல... நீயும் நானுமா தோட்ட வீட்டுல இருந்துக்குவோம்...' எனச் சொல்லிவிட்டு பதிலுக்குக் காத்திராமல் எழுந்துபோய் விட்டான்.

'அவெ களவாண்ட பொருளத் திருப்பிக் குடுக்கச் சொல்லு இல்லயிண்டா காலம் முழுக்க அவென் குடும்பம் நம்ம பண்ணையிலதான் வேல செய்யணும்' என வீரணன் சொல்லியிருந்ததை சக்கையன், வள்ளியிடம் சொன்னபோது, ஜமீனின் நோக்கமும் ஆர்வமும் தன் மீதிருப்பதைப் புரிந்துகொண்டாள்.

'மாமா வெறிபுடிச்ச கழுகு மாதிரி நம்மளக் கொத்தித் திங்கப் பாக்கறய்ங்க மாமா... எதாச்சும் செஞ்சு எங்கள இங்கயிருந்து காப்பாத்தி வுடுங்க...' என வள்ளி மன்றாடினாள். அந்த ஊரைச் சுற்றியிருந்த சிலந்தி வலையிலிருந்து தப்பிக்கும் மார்க்கமறியாத சக்கையன் விரக்தியோடு சிரித்தான். 'இந்தக் காடும் மலையும் ரெண்டாயிர வருசமா எங்களுக்குச் சொந்தமா இருந்துச்சு. இவய்ங்க வாரதுக்கு முன்ன நிம்மதியா சந்தோசமா இருந்தோம். இப்ப கைகட்டி இவய்ங்களுக்கு அடிமையா நிக்கிற மாதிரி ஆகிருச்சு... நாங்க கும்புடற சாமி நெசமா இருந்தா இதெல்லாத்துக்கும் ஒரு விடிவு பொறக்கும்மா. சீக்கிரமே பொறக்கும்.' எனச் சொல்லிவிட்டு சக்கையன் அங்கிருந்து கிளம்பினான்.

உடல் குணமாகி வீடு திரும்பிய பழனி, தனது குடும்பத்தைச் சூழ்ந்திருந்த தீமையின் வலையைப் புரிந்துகொண்டான். ஊர்க்காரர்களை எதிர்கொள்ளும் துணிச்சலற்றவனாய் 'கொஞ்ச நாளைக்கி நான் தோட்ட வீட்டுல வேலைக்கி இருந்துக்கறேன்... யாரு விசாரிச்சாலும் நீ எதுவும் சொல்லிக்காத...' என தனது மனைவியிடம் சொல்லிவிட்டு கண்ணனைப் பார்க்கச் சென்றான்.

வாசலைத் தாண்டி தோட்டவீட்டிற்குள் நுழைந்தவனைப் பார்த்து நாய்கள் குரைத்தன, சக்கையன் வளர்த்து வேட்டைக்காக

கண்ணனுக்குக் கொடுத்த நாய்கள். புதிய எசமானுக்கு விசுவாசம் காட்ட பழைய எசமானைப் பார்த்துக் குரைத்த நாயின் குரைப்பொலி பழனியின் ஆத்திரத்தைக் கிளற,

‘ஏய் கழுத... வாரது யாருன்னு தெரியலையா ஒனக்கு... சும்மா கெட...’ என அதட்டினான். அவன் சத்தத்தையும் நாயின் குரைப்பொலியையும் கேட்டு வாசலுக்கு வந்த கண்ணனின் உடலில் துணியில்லை. பாதி புணர்ச்சியில் வந்தவன் பழனியைப் பார்த்ததும் சிரித்தான்.

‘என்னடா மேலுக்கு சொகமாயிருச்சா... வா வா... தொணைக்கி ஆளில்லாம ரொம்ப செரமமா இருந்துச்சு... நல்ல நேரத்துக்கு வந்த.. முயலும், உடும்பும் அடிச்சுட்டு வந்தேன். போயி நல்ல மணமா கறிய ஆக்கி வைய்யி...’ என்று சொல்லிவிட்டு வீட்டிற்குள் சென்றான். முன்னறையில் ஒரு பெண் தன் உடலில் துணியைச் சுற்றிக்கொண்டு அமர்ந்திருந்ததைக் கவனித்த பழனி பின்வாசல் நோக்கி நடந்தான்.

பொழுது சாய்ந்தபோது தோட்டத்திலிருந்த கிணற்றடியில் கண்ணன் உற்சாகமாக மதுவருந்த பழனி அவனுக்குத் தேவையானவற்றைச் சமைத்துப் பரிமாறிவிட்டு ஓரமாக நின்றிருந்தான்.

‘எதுக்கு பழனி நிக்கிற? வா வந்து ஒக்காரு...’ என கண்ணன் வற்புறுத்த ‘இல்லங்கய்யா பரவால்ல, நான் நிக்கிறேன்,’ என பழனி மறுத்தான்.

‘அட சும்மா வாய்யா... ஊர்க்காரனுக இருக்கப்ப எனக்கு மரியாத குடுத்தா போதும். வந்து ஒக்காரு...’ என கண்ணன் சொன்னதற்குப்பின் தயக்கத்தோடு பழனியும் அமர்ந்தான். சட்டையில்லாத கண்ணனின் உடலிலிருந்து வியர்வை கொப்பளிக்க, மதுவருந்துவதும் வியர்வையைத் துடைத்துக் கொள்வதுமாக இருந்தான்.

‘எதுக்கு சும்மா ஒக்காந்திருக்க, நீயும் கொஞ்சம்போல குடிய்யா...’ என பழனியைத் தூண்ட, ‘இல்லங்கய்யா வேண்டாம். அன்னிக்கி நான் குடிச்சதால பட்டதே போதும். இனி வேணாம்,’ என அவசரமாக மறுத்தான்.

‘அட நீ என்னய்யா இப்பிடி இருக்க... இப்ப என்ன நடந்துருச்சு? கொஞ்சநாள் போனா ஊர்க்காரனுக மறந்துருவானுக...

இதுக்காவவெல்லாம் நீ வருத்தப்படாத...' என்றபடியே கண்ணன் அங்கிருந்த அலுமினிய லோட்டாவில் பழனிக்கு மதுவை ஊற்றி நீட்ட, 'ஓங்கப்பா அடிச்சது கூட வலிக்கலங்க.. ஆனா என்னய நல்லாத் தெரிஞ்ச நீங்களே அடிச்சுப்புட்டீங்களேய்யா...' என பழனி கண் கலங்கினான். பொறுமையிழந்த கண்ணன் 'எலேய் சுன்னி, நீ எங்காத்தா முலையப் புடிச்சு இழுப்ப, அடிக்காம கொஞ்ச சொல்றியா... எல்லாத்தையும் மறந்துருடான்னு சொல்றேன்... பெரிய புழுத்தியாட்டம் பேசிட்டு இருக்க...' என ஆத்திரத்தில் கத்தினான். அந்தச் சத்தத்தில் அடங்கிப்போன பழனி மறுபேச்சின்றி அவனிடமிருந்து மதுவை வாங்கிக் குடித்தான்.

இரவு வேகமாகக் கவிழ்ந்தபோது மலையிலிருந்து இறங்கிய குளிர்ந்த காற்றில் கண்ணனுக்கு உடல் சிலிர்த்தது. மிருதுவான முயல் இறைச்சியைத் தின்றபடியே 'நெசமாவே நீ திருடலையா பழனி?' எனக் கேட்டான். போதையில் நிதானம் இழக்கத் துவங்கியிருந்த பழனி குடிப்பதை நிறுத்திவிட்டு 'நான் எப்பிடிய்யா ஓங்க வீட்டுல வந்து திருடறது? ம்ம்... உங்க வீட்டுக்குள்ள உங்க ஆளுகள தவிர்த்து யார விட்றுக்கிய... எது எங்க இருக்குன்னு எனக்கு எப்பிடித் தெரியும்...' எனக் குமுறி அழுதான்... 'யேய் சரிடா அழுவாத... அழுவாத... சாராயத்தக் குடி...' என கண்ணன் அவனது தோளில் தட்டி ஆறுதல் கூறியபோது, காயம்பட்ட முதுகு வலித்தது. அந்த வலி ஆத்திரமாக பழனி 'விடமாட்டேன்.... எந்தத் தாயோலி என்னய இதுல சிக்க வெச்சானோ அவன் ஈரக்கொலைய அறுக்காம விடமாட்டேன்...' என எழுந்து கத்தினான்.

'செரி பழனி... ஆத்திரப்படாம ஒக்காரு... வா...' என கண்ணன் சொல்ல, 'ஆத்திரப்படாம இருக்கதா?... என்னய ஊரு முன்னாடி அடிச்சு அசிங்கப்படுத்தி என் தலையில கரும்புள்ளி செம்புள்ளி குத்தவெச்சவன சும்மா வுட்றதா... அவன மட்டுமில்ல அவன் குடும்பத்தையே கருவறுத்தாதான் என் வெறியடங்கும்...' என பழனி சூளுரைத்தான்.

'ஏய் நீ பெரிய புழுத்திதான் பிரச்சனைய இதோட விடுய்யா பழனி...' என்றபடியே கண்ணனும் எழுந்துகொள்ள,

'விட முடியாது... எவன் சொன்னாலும் விட முடியாது...' என பழனி தொடை தட்டினான்...

'எவன் சொன்னாலுமா? நான் சொன்னாலுமா?' என கண்ணன்

அவனை முறைக்க, 'நீ சொன்னாலும் விடமாட்டண்டா சுன்னி... நீயும் ஒங்கொப்பனுமா சேந்து இன்னும் எத்தன நாளைக்கி எங்கமேல உக்காந்து மிதிச்சிட்டு இருப்பீய...' எனக் கத்தினான்.

கண்ணனுக்கு உடல் கொதித்தது. அருகிலிருந்த பெரிய இரும்புக் கம்பியை எடுத்து பழனியின் தலையில் ஓங்கி அடித்தான். ரத்தம் பீய்ச்சி அடிக்க பழனி சுருண்டு விழுந்தான்.

'எங்கப்பன் மூஞ்சில கரியப் பூச நாந்தாண்டா என் வீட்டுலயே திருடினேன் சுன்னி... என்ன பண்ணுவ...?' எனக் கேட்டபடியே கண்ணன், பழனியின் தலையில் மீண்டும் மீண்டும் அடிக்க ரத்த வெள்ளத்தில் பழனி அப்படியே சரிந்தான்.

நிதானமாக அடுத்த சுற்று மதுவை அருந்திய கண்ணன் முயல் இறைச்சியினை எடுத்துக் கடித்தான். செத்துக் கிடந்த பழனியின் முகத்தில் எட்டி உதைத்து 'எலேய் எந்திரிடா புண்டாமவனே, என் ஈரக்கொலைய அறுப்பேன்னு சொன்னல... எந்திரிச்சு வாடா...' எனக் கத்தினான். அவனது காலில் பழனியின் சூடான குருதி ஒட்டிக் கொள்ள, காலை மண்ணில் துடைத்தபடியே எழுந்து சென்றான். திரும்பி வரும்போது அவனது கையில் நீண்ட கத்தியிருந்தது. பழனியின் தலைமாட்டில் அமர்ந்தவன்

'எம்புட்டு குடிச்சாலும் யாருகிட்ட பேசறம்னு நிதானம் இருக்கணும்டா தாயோலி. புரிஞ்சதா...' என்றபடியே கழுத்தில் ஓங்கி வெட்டினான்.

துண்டான கழுத்து உருண்டு சென்றதைப் பார்த்து அந்த விளையாட்டுப் பிடித்துப்போக கைகள் கால்களென பழனியின் உடலைத் துண்டு துண்டாக வெட்டினான். மதுபோத்தலிலிருந்த மது வேகமாகக் காலியானது. துண்டாக்கப்பட்ட உடல் பாகங்களை தனித்தனியாகத் துணியில் சுற்றி எடுத்தவன் புதிதாக தென்னைமரங்கள் வைப்பதற்காகத் தோண்டப்பட்டிருந்த குழிகளில் தனித்தனியாகப் புதைத்தான். குருதியோடு கலந்த மண்ணின் மீது புதிய தென்னங்கன்றுகளை நட்டவன் தண்ணீர் ஊற்றியபோது விடியலுக்கான வெளிச்சம் எட்டிப் பார்த்தது. தோட்ட வீட்டில் உறைந்து கிடந்த இரவின் அமைதியை கிழித்துச் செல்வதுபோல் நாயின் குரைப்பொலி எழுந்தது.

★★★

பழனி காணாமல் போனதாக ஊரில் பேசிக்கொண்டார்கள். ஜமீனுக்குப் பயந்து மலையாள நாட்டுப் பக்கமாக அவன் ஓடியிருக்கக் கூடுமென பேச்சு. அவனுக்கு முன்பாகவும் நிறையபேர் அப்படி ஓடிப்போயிருக்கிறார்களென்பதால் அந்தக் கூட்டத்தில் ஒருவனாக அவனும் மாறிப்போயிருந்தான். வெளியேற முடியாத சூழலுக்குள் சிக்கிக்கொண்ட வள்ளி சில வாரங்களிலேயே ஒரு குழந்தையைப் பெற்றெடுத்தாள். ஆனால் ஓய்வெடுக்க முடியவில்லை. பொழுது விடிந்து அடையும் வரை ஜமீன் வீட்டில் அவளுக்கு வேலைகளிருந்தன.

கண்ணன் பெரும்பாலான நேரங்களைத் தோட்ட வீட்டில் கழிக்கத் துவங்கினான். வாரத்தில் ஒருநாள் வீட்டிற்கு வந்து போய்க்கொண்டிருந்தவனின் நினைவிலிருந்து பழனி முற்றாக மறைந்துபோனான். வீட்டிற்கு வரும் நாட்களில் வள்ளியைக் காணும்போது வேறு பெண்களிடம் இல்லாத வசீகரமொன்று அவளிடமிருப்பதைக் கவனித்தான். நல்ல வேட்டைக்காரனுக்கு சவாலான மிருகங்களை வேட்டையாடுவதுதான் அழகு. வள்ளி அப்படியானதொரு மிருகமென அவனது உள்மனம் சொல்லியது. இடுப்பில் குழந்தையோடு அந்த வீட்டில் வேலை செய்தவளை அவனது கண்கள் ஆர்வமாய் மேய்ந்தன. பிரசவத்தின் காரணமாய் முன்னிலும் பூசினாற்போலிருந்தவளின் மீதிருந்து கசிந்து வந்த தாய்ப்பாலின் வாசனை அவனை இனம் புரியாத வகையில் கிளர்த்தியது.

இரவுணவை முடித்துக்கொண்டு ஊர் அடங்கத் துவங்கியிருந்தது. காட்டிலிருந்து எழுந்த நரிகளின் ஊளைச் சத்தத்திற்குப் பதிலாக ஊருக்குள்ளிருந்து நாய்களும் குரைப்பொலி எழுப்பின. வாசலில் படுத்துக் கிடந்தவர்கள் சத்தம்போட்டு நாய்களை அமைதிப்படுத்த முயன்று தோற்றபின் ‘சனியன் ஏந்தான் இப்பிடிக் கத்தி உயிர வாங்குதுகளோ, என சலிப்போடு எழுந்து மந்தையில் படுக்கச் சென்றனர்.

வீடுகளுக்குள் எரிந்துகொண்டிருந்த விளக்குகளிலிருந்து கசிந்த எண்ணெயின் மணம் வீதியை நிரப்பியிருக்க, வேட்டையாடப்பட்ட முயல்களைத் தூக்கிக் கொண்டு கண்ணன் நிதானமாக வந்தான். அவனது ஒரு தோளில் துப்பாக்கி தொங்கிக்கொண்டிருந்தது.

அவனுடம்பிலிருந்து வீசிய கவுச்சி வாடையை நுகர்ந்த நாய்கள் குரைத்தபடியே அவனைத் தொடர்ந்து ஓடிவர, துப்பாக்கியை எடுத்து ஒரு நாயின் பின்புறத்தில் ஓங்கி அடித்தான். வீறிட்டபடியே அந்த நாய் ஓட, மற்ற நாய்களும் ஓடி ஒளிந்தன. ஒரு வீட்டின் முன் வாசலில் படுத்திருந்த கிழவர் சப்தம் கேட்டு எழுந்து பார்க்க, அந்த இருளில் கண்ணனின் உருவம் ராட்சத்தனமாய்த் தெரிந்தது. என்னய்யா பாக்கற?' என அவன் சத்தம் கொடுக்க, பெரியவர் பதில் பேசாமல் படுத்துக் கொண்டார்.

சீட்டியடித்தபடியே தொடர்ந்து நடந்த கண்ணன், இரண்டு குடிசைகளுக்கு நடுவிலிருந்த சந்தில் மூத்திரம் பெய்து கொண்டிருந்த சிறுவனைப் பின்னாலிருந்து எட்டி உதைத்தான். திடீரென நிகழ்ந்த தாக்குதலில் நிலைகுலைந்த சிறுவன் எம்மோவ் என்றபடியே கீழே விழுந்து உருண்டான். அவனது அலறல் சத்தம் கேட்டு ஓடிவந்த அவனது அம்மா கண்ணன் நின்றதைக் கண்டு அவசரமாக சேலையால் தனது உடலை மூடிக்கொண்டாள். ரவிக்கை அணிந்து பழகாத உடலில் திரண்டிருந்த முலைகளை அவளது சேலைகளுக்குள் கண்டவன்,

'நீ மே மலையில எங்கூட இருந்திருக்கியா?' என சிரித்தான். அவள் ஆமோதிப்பதுபோல் தலையாட்ட கர்வமாகப் பார்த்தவன்,

"வீட்டு வாசல்ல நின்னு மூத்திரம்போறான்... கண்டிச்சு வெய்யி' என்று சொல்லிவிட்டு நகர்ந்தான். அவன் அந்த வீதியைத் தாண்டிய பிறகுதான் அந்தப் பெண்ணுக்கு மூச்சுத் திரும்பியது. அழுதுகொண்டிருந்த தனது மகனை அழைத்துக்கொண்டு வீட்டிற்குள் சென்றவளுக்கு படபடப்பு குறைந்திருக்கவில்லை.

அந்தச் சிறிய சந்து முடிந்து அடுத்து பிரிந்த வீதியில் இருளுக்குள் கிடந்த குடிசையை அடைந்த கண்ணன் பாதி திறந்திருந்த கதவின் கொண்டியைப் பிடித்துத் தட்டினான். சில நிமிடங்களுக்குப்பின் உறக்கக் கலக்கத்தோடு எழுந்து வந்த வள்ளி வாசலில் அவனைக் கண்டதும் துணுக்குற்றாள். அவசரமாக உடையைச் சரிசெய்துகொண்டவள்

'ஐயா என்னங்கய்யா இந்த நேரத்துல?' எனக் கேட்டபடியே வாசலுக்கு வந்தாள். அவளது கழுத்தில் பூத்திருந்த வியர்வைத் துளிகள் வழிந்து மாரில் இறங்கியது. முகம் கழுத்து மார்பு

இடையென எல்லாவற்றையும் விழுங்குவதைப்போல் பார்த்தபடியே கண்ணன் தன் கையிலிருந்த முயல்களை அவளிடம் கொடுத்தான்.

‘என்னத்தா இம்புட்டு சீக்கிரமாவா தூங்குவ? நீ இந்த மொசக் குட்டிய வறுத்துத் தருவன்னு பசியோட வந்தேன்...’ என சாதாரணமாகச் சொன்னவனை அச்சத்தோடு பார்த்தவளுக்கு முயல்களை அவனிடமிருந்து வாங்கும் துணிச்சல் இல்லை.

‘பசியோட வந்திருக்கேன்... வாசல்ல நிக்கவெச்சிப் பேசிட்டு இருக்கியே...?’ என்றபடியே அவளது அனுமதிக்குக் காத்திராமல் வீட்டிற்குள் சென்றவனைத் தடுக்கத் திராணியின்றி,

‘ஐயா யாராச்சும் பாத்தா எதாச்சும் நெனச்சுக்குவாங்க... நீங்க போயிருங்கய்யா...’ என வள்ளி பதறினாள். அச்சத்தில் அவளுடல் முன்னிலும் அதிகமாக வியர்த்துப் பூத்திருக்க, முயலை ஓரமாய் வைத்த கண்ணன் நெருங்கிச் சென்று அவளது கழுத்தில் வியர்வைத் துளிகளை நக்கினான். சுருக்கென்று உடலதிர விலகியவள் வேணாங்கய்யா விட்றுங்க எனக் கத்த ‘ஏய் ச்சீ எதுக்குடி முண்ட கத்தற?’ என கண்ணன் சத்தம் போட்டான். ‘இதெல்லாம் தப்புங்கய்யா... நீங்க எனக்குத் தம்பி மாதிரி... ஊர்க்காரவுக அசிங்கமா நெனச்சுக்குவாகய்யா... என்னய விட்றுங்கய்யா...’ என கையெடுத்துக் கும்பிட்டவளின் சேலைக்குள் அவளது கொழுத்த மார்புகள் குலுங்க அவற்றைப் பற்றியிழுத்துக் கசக்கியவன்,

‘யாரு இந்த நாயிங்களா? இந்த வீதில இருக்க எந்த வீட்டுக்குள்ள நான் போகலன்னு சொல்லு... எல்லாம் எங்கூட படுத்தவளுகதாண்டி... நீ ஒருத்திதான் இவ்ளோ நாளா சிக்காம இருந்த... எவனும் எதும் பேசமாட்டான். நான் சொல்றத மட்டும் செய்யி...” என்றபடியே உடல் முழுக்கத் தனது நாவுகளை அலையவிட்டான்.

தனக்குத் தொந்தரவாக இருந்த அவளது சேலையை ஆவேசமாக உருவியவனிடமிருந்து தற்காத்துக்கொள்ள போராடித் தோற்றாள். அவளது தற்காப்பு அவனைக் கோவப்படுத்த,

“இங்கேருடி ஒன்புருசன் எங்க வீட்ல நகையையும் பணத்தையும் திருடிட்டு ஓடிப்போயி பல மாசம் ஆசி... போனவென் போனவந்தான், வர்ற மாதிரி தெரியல... அவென் திருடுனத நீதான் திருப்பித் தரணும்... நீ காசக் கண்டியா? நகையக் கண்டியா?

எப்பிடி திருப்பிக் குடுப்ப?....' என அவன் மிரட்ட வள்ளியின் உடல் அடங்கியது.

முயல்களை ஒரு பாத்திரத்தில் எடுத்து வைத்தவள், ஒரு சொம்பில் அவனுக்குத் தண்ணீர் எடுத்துக் கொடுத்தாள். உறங்கிக் கொண்டிருந்த அவளது குழந்தை திடீரென எதிர்கொண்ட அசௌகரியத்தினால் விழித்து அலற, தொட்டிலிலிருந்து எடுத்து மார்போடு அணைத்துக்கொண்டு அமைதிப்படுத்தினாள். அவனது கண்கள் தன்னை மேய்வதைப் புரிந்துகொண்ட வள்ளி 'முயல வேக வைக்கவா?' எனக் கேட்டாள்.

'அத நாளைக்கி நீயே செஞ்சு தின்னு. என் பசிக்கு நீதாண்டி வேணும்...' என்றபடியே அவளை நெருங்கினான். கையிலிருந்த குழந்தையை நிதானமாகத் தொட்டிலில் போட்டு உறங்க வைத்த வள்ளி அவனது கைகள் தன்னை மேய அனுமதித்தாள். அவனது கையில் மூர்க்கம் அதிகரிக்க, நீண்ட நேரம் தற்காத்துக்கொள்ள முடியாத தோல்வியுணர்ச்சியோடு அவனிடம் முழுமையாகத் தன்னைக் கொடுத்தாள். பெரும் பசிகொண்ட மிருகமொன்று வேட்டையாடுவதைப் போல் அவளோடு கூடியவன் விடியும்வரை அவளைப் பிரிந்திருக்கவில்லை. அதிகாலையில் களைப்போடு அவன் எழுந்து சென்றபோது விளக்கு வெளிச்சத்தில் அவனது பற்தடங்கள் தனது உடல் முழுக்கப் பதிந்திருப்பதைப் பார்த்து வேதனையுற்றவள் கண்ணீரோடு தனது குழந்தையின் தொட்டிலுக்கு அருகில் சென்று படுத்துக்கொண்டாள்.

அடுத்தநாள் பிற்பகலுக்கு மேல் ஜமீன் வீட்டிற்கு வள்ளி வேலைக்கு வந்தபோது வீரணன் அவசரமாக வெளியே கிளம்பிக் கொண்டிருந்தார். ஜீப்பை நோக்கி நகர்ந்து கொண்டிருந்தவரை நெருங்கி வந்தவள் 'ஐயா' என தயக்கமாக அழைத்தாள். 'ம்... என்ன?' என வேண்டாவெறுப்பாகக் கேட்டபடியே வீரணன் ஜீப்பில் ஏறினார்.

'ஐயா எனக்குச் சொல்ல வேதனையா இருக்கு... ஆனா வேற வழி தெரியல...' என்றவளை சந்தேகத்தோடு பார்த்த வீரணன் 'என்ன பிரச்சன?' எனக் கேட்டார்.

'உங்க புள்ளைய நான் தம்பின்னுதான் கூப்டறேன். ஆனா அவரு அப்படி நடந்துக்கறதுல்ல...' என்றாள்.

‘ஏய் இதென்ன புதுசா? அவெ எத்தன பொம்பளைக கூட படுக்கறான். அவளுகலாம் வந்து புகார் பன்றாளுகளா என்ன? நீ மட்டும் என்ன புதுசா?’ என எரிச்சலுற்றார்.

‘இல்லங்கய்யா... எனக்கு மனசு ஒப்பல. நான் ஒங்களுக்கு கடன் பட்டிருக்கேன். ஆனா உங்க புள்ளைக்கு இல்ல...’ என அழுத்தமாகச் சொல்ல நிதானமாக யோசித்த வீரணன், ‘சரி... இனி அவென் உன்ன தொந்தரவு பண்ணமாட்டான். நீ அப்பறமா என்னய தோட்டத்துல வந்து பாரு’ என்று சொல்லிவிட்டு வண்டியைக் கிளப்பினார்.

★★★

குமுளியில் ஒரு சிறிய லாட்ஜில் கண்ணன் தனது நண்பர்களுடன் தங்கியிருந்தான். நீண்ட நாட்களுக்குப்பின் சந்தித்ததால் குடியும் களிப்புமாக இருந்தவர்கள் இரவு பகலென உறக்கமின்றிச் சீட்டாடினர். புதிதாக வெள்ளையடிக்கப்பட்ட சுவர்களில் டங்ஸ்டன் விளக்கின் மஞ்சள் நிற வெளிச்சம் திட்டுதிட்டாகப் படர்ந்திருக்க, ரேடியோவில் பாடலொன்று ஒலித்துக்கொண்டிருந்தது. ஒவ்வொருமுறை சீட்டுக்கட்டினை களைத்துப்போடும் போதும் கண்ணன் பெரும் தொகையினைத் தோற்றுக்கொண்டிருந்தான். அதைப் பற்றிய சிந்தனையின்றித் தொடர்ந்து விளையாடும் மூர்க்கத்தில் அமர்ந்திருந்தவனை அவனது நண்பன்,

'எலேய் கண்ணா, நீ வெளயாண்டது போதும். பேசாம எந்திரி... ஒனக்கு இன்னிக்கி ஆட்டபுடிக்கல...' என எச்சரித்தான்.

தனக்கு முன்னால் குவிக்கப்பட்டிருந்த சீட்டுகளை ஆங்காரத்தோடு விசிறியடித்த கண்ணன்,

'எலேய் மயிராண்டி நீ யார்ரா என்னயப் போகச் சொல்றதுக்கு? எம்புட்டுக் காச வேணாலும் வெச்சு வெளாடுவேன். ஒனக்கு தெம்பிருந்தா நீயும் வெச்சு வெளாடு...' என்றான்.

அவனது மூர்க்கத்தை நன்கறிந்திருந்த நண்பர்கள் அவனிடமிருந்து விலகியமர்ந்தனர். ஒருவன் எழுந்து சென்று பானையிலிருந்து தண்ணீர் எடுத்துக் குடித்துவிட்டு ஜன்னல் வழியே லாட்ஜ் ஊழியனை அழைத்தான். 'தம்பி போயி அஞ்சு டீ வாங்கிட்டு வாய்யா...' எனச் சொன்னபோது அவனுக்குப் பின்னால் அமர்ந்திருந்த கண்ணன்,

'எலேய் வெண்ண இன்னும் ரெண்டு பாட்டில் சாராயம் இருக்கு. பெரிய இவனாட்டம் டீ வாங்கிட்டு வரச் சொல்ற.. என்னயப் பாத்தா கேணப்புண்ட மாதிரி தெரியுதா ஒனக்கு?' என்றபடியே எழுந்துகொள்ள முயன்றான். போதையில் உடல் தள்ளாட, அருகிலிருந்த நண்பர்கள் பிடித்துக் கொண்டனர். அவர்களின் கைகளை உதறிய கண்ணன் தனது கைலியை இறுக்கிக் கட்டியபடியே எல்லோரையும் குரூரமாகப் பார்த்தான்.

'எலேய் சொன்னாக் கேளு... கையில இருந்த காசையெல்லாம் தோத்துட்ட... இதுக்குமேல வெளாண்டா தப்பா போயிரும்...'

என கண்ணனை நேருக்கு நேராகப் பார்த்து இன்னொரு நண்பன் சொல்ல, இறுக்கிக் கட்டிய கைலியோடு கண்ணன் அவசரமாக கொடியில் தொங்கிய தனது கால்சட்டையிலிருந்து பணத்தை அள்ளி வீசினான். அந்த அறை முழுக்க ரூவாய்த்தாள்கள் பறந்தன.

'ஒக்காலி என்னய என்ன வெறும் பயன்னா நெனச்ச... எம்புட்டுரா ஆட்டக்காசு... ஆயிரம் வெச்சுக்குவமா? சொல்லுங்கடா...'

எனக் கத்த, ஒருவன் நிதானமாக காற்றில் பறந்த ரூவாய்த் தாள்களைப் பொறுக்கியெடுத்தான். இன்னொருவன் களைந்து கிடந்த சீட்டுக்கட்டுகளை மீண்டும் அடுக்கி ஒழுங்கு செய்ய கண்ணன் எல்லோரையும் பார்த்தபடியே மீண்டும் அமர்ந்தான்.

சீட்டுக்கட்டுகள் களைத்து அடுக்கப்படும் சத்தம் மட்டும் அந்த அறையில் ஒலிக்க, சீரான இடைவெளியில் சீட்டுகள் ஒவ்வொருவரின் முன்னாலும் வந்து விழத் துவங்கின. இஷ்பேட் 2, ஆட்டின் 4, டைமண்ட் ஜக், க்ளவர் 5 என எண்களும் பூக்களும் சிதறிவிழுந்தபோது, அதுவரையில்லாத தீவிரமொன்று சூதில் குடியேறியது.

'கண்ணா சொன்னாக்கேளு... பழக்கவழக்கம்வேற... இதுவேற... அவென் சொல்றதக் கேட்டுட்டு பேசாம இரு... இப்பிடியே முடிச்சுக்கலாம்...' என கடைசி எச்சரிக்கையாக ஒருவன் சொல்ல கண்ணன் சிரித்தான்.

'நானா போதும்னு நெனைக்கிற வரைக்கும் நான் வெளயாடுவேன்... காசு இன்னிக்கி இல்லன்னா நாளைக்கு குடுத்துட்டுப் போறேன்... நான் யாரு எங்கப்பன் யாருன்னு தெரியாதா உங்களுக்கு எல்லாம்? லூசுக்கூதிகளா அப்பிடி நம்பிக்கையில்லன்னா வெத்துப் பேப்பர் குடுங்கடா கையெழுத்துப் போட்டுத்தாரேன்...' என்றான். மற்றவர்களின் பேச்சு சப்தம் மொத்தமாக அடங்கி எண்களும் பூக்களும் மட்டுமே பேசின.

ரேடியோ அலைவரிசை மாறி புள்ளியடிக்கும் சத்தம் கேட்கத் துவங்கியபோது லாட்ஜ் ஊழியன் வாசலில் தேநீர் குவளைகளோடு நின்றான். திரும்பிப் பார்த்த கண்ணன்,

'தம்பி அஞ்சு டீயவும் நீயே குடிச்சிரு... காசு எவ்வளவு வேணுமோ வந்து எடுத்துக்கோ...' எனச் சொல்ல தயங்கியபடியே எல்லோரையும்

பார்த்த அந்த ஆள் தேநீரை ஓரமாக வைத்துவிட்டு மெதுவாக வந்து ஒரு ஐந்து ரூவாய்த் தாளை மட்டும் எடுத்துக்கொண்டு வெளியேறினான். ஆட்டத்தில் தீவிரம் கூடியபோது மீண்டும் மதுக்கோப்பைகள் நிரம்பத் துவங்கின. அந்த அறையில் நிரந்தரமாக உறைந்துவிட்ட மஞ்சள் நிற வெளிச்சம் வெளியே இரவு வேகமாக கழிந்துசெல்வதைக் கூட மறக்கச் செய்தது.

கண்ணன் கைவசமிருந்த பணத்தையெல்லாம் தோற்று முடித்தபோது தான் எங்கிருக்கிறோம் என்கிற நினைவற்றவனாகிப் போனான். ஆனாலும் விளையாட்டை நிறுத்தும் எண்ணமில்லை. வேட்டைக்காரனுக்கே உண்டான வெறியொன்று அவனைத் தொடர்ந்து இயக்கிக்கொண்டிருந்தது. ஏதோவொரு சுற்றில் தானிழந்த மொத்த பணத்தையும் வென்றுவிடலாமென முதலில் நினைத்தவனுக்கு இந்தச் சீட்டுக் கட்டுகளுக்குள் எல்லாவற்றையும் தோற்பதும் மீண்டும் களைத்து முதலிலிருந்து துவங்குவதும் சாகசமாய்ப் பட்டது. வெற்றி தோல்விகளை விட முதலிலிருந்து துவங்கும் சுவாரஸ்யமே அவனைத் தொடர்ந்து விளையாடச் செய்தது.

ஒரு எல்லைக்குமேல் அவன் நிதானம் தப்புவதை உணர்ந்த அவனது நண்பர்கள் சோர்வோடு எழுந்துகொள்ள போதை நிரம்பிய கண்களோடு கண்ணன் அவர்களை ஏறிட்டுப் பார்த்தான். 'எங்களால முடியலடா... ஒறக்கம் வருது... பேசாம ஆளுக்கொரு பக்கமா படுப்போம்...' என நெட்டி முறித்தனர். விளையாட்டில் வைக்கப்பட்ட ரூவாய்த் தாள்கள் அங்கு சிதறிக் கிடந்தன. கண்ணன் தனது கோப்பையிலிருந்த மதுவை ரூபாய்த் தாள் முழுக்க ஊற்றி யாரும் எதிர்பார்க்காத நொடியில் அதில் நெருப்பை வைத்தான்.

'எலேய் ஒக்காலி என்னடா செய்ற? கிறுக்குத் தாயோலி' என பதறியபடியே நண்பர்கள் ரூவாய்த் தாள்களின் மீது பற்றியிருந்த நெருப்பை அணைக்கப் போராட கண்ணன் அவர்களைப் பார்த்துக் கைகொட்டிச் சிரித்தான். மொத்தமாக அவ்வளவு பணத்தையும் இழந்துவிட்ட ஆத்திரத்தில் அவனது நண்பர்கள் அவனைச் சூழ்ந்து உதைத்தனர். எதிர்க்க வலுவின்றி மண்டியிட்ட கண்ணனைப் பிடித்து இழுத்துக் கட்டிலோடு சேர்த்துக் கட்டி வைத்தனர். அவன் சிரித்தபடியே உறங்கிப் போனான்.

அடுத்த நாள் பிற்பகலுக்குமேல் செய்தியறிந்து வீரணன் அங்கு வந்தபோது கண்ணன் கட்டிவைக்கப்பட்ட நிலையிலேயே உறங்கிக் கொண்டிருந்தான். வீரணனோடு வந்திருந்த தனிக்கொடியும் முத்தையாவும் பதறிப்போய் கட்டுகளை அவிழ்த்துவிடும் போதே வெளியே சென்றிருந்த கண்ணனின் நண்பர்கள் திரும்பி வந்தனர்.

‘எந்தத் தாயோலிடா அவனக் கட்டி வெச்சது? அவன யாருன்னு நெனச்சீங்க. மேக்கு மலைக்கு ராசா… ஒருத்தனையும் உசுரோட விடமாட்டேன்…’ என வீரணன் கொந்தளிக்க, ஐந்துபேரில் ஒருவன்,

‘இந்தாருங்க உங்க காசு உங்களோட…. ஓங்க மகெ என்ன செஞ்சான்னு தெரியுமா? சும்மா வந்து எங்க மேல பாயக்கூடாது…’ என்றான்.

வீரணன் திரும்பி கண்ணனைப் பார்க்க, எதையும் சொல்லும் நிதானத்தில் இல்லாத அவன் குடிக்கத் தண்ணீர் கேட்டான். தனிக்கொடி குவளையில் அவனுக்கு நீரைக் கொடுத்தார்.

‘வெளயாட வேணாம்டா கெளம்பி ஊருக்குப் போன்னு சொன்னோம். கேக்காம மொரண்டு போட்டு மொத்தக் காசையும் எங்ககிட்ட தோத்தான். அப்பயும்கூட போனாப் போகுது கூடப் பழகினவன் விட்றலாம்னு எந்திரிச்சா எங்களையெல்லாம் அடிச்சு நாங்க செயிச்ச காசையும் எரிச்சுப்புட்டான்…’ என்றபடியே எரிந்துபோன ரூவாய்த் தாள்களைக் காட்டினான். நிலமையைப் புரிந்துகொண்ட வீரணன் தன்னை நிதானப்படுத்திக் கொண்டார்.

‘செரிய்யா… அதுக்காக இப்பிடி கட்டியா வெப்பீங்க… எதாச்சும் ஒண்ணு கெடக்க ஒண்ணு ஆச்சுன்னா என்ன செய்றது? கூடமாடப் பழகறவய்ங்க கொஞ்சம் அனுசரிச்சுப் போகப் பாருங்க… யாருக்கு எம்புட்டுக் காசுன்னு என் ஆளுகிட்ட சீட்டு எழுதிக் குடுங்க. உங்க துட்டு உங்களுக்கு வந்துரும்…’ என்று சொல்லிவிட்டு அவர் வெளியேற, முத்தையா கைத்தாங்கலாக கண்ணனை அழைத்துக் கொண்டு சென்றார். அறைவாசலுக்குச் சென்றபோது கண்ணன் மறக்காமல் தனது உடைகளை எடுத்துக் கொண்டு நண்பர்களை நோக்கிக் கையசைத்துவிட்டுச் சென்றான்.

★★★

தோட்ட வீட்டிலிருந்த கண்ணனைப் பார்க்க வீரணன் வந்திருந்தார். ஆட்கள் வேலையை முடித்துவிட்டுச் சென்ற மாலை நேரம், உடன் வந்த தனிக்கொடியையும் அனுப்பியவர் தனது மகனோடு மனம் திறந்து உரையாட விரும்பினார். கிணற்று மேட்டில் ரேடியோ பாடிக்கொண்டிருக்க, கைலி மட்டும் அணிந்து கண்ணன் மதுவருந்திக்கொண்டிருந்தான். மலையிலிருந்து இறங்கிய காற்றுக்குத் தென்னை மரங்கள் பேயாட்டம் ஆடிக்கொண்டிருந்தன. தனது தந்தை வந்ததை ஒரு பொருட்டாகவே கருதாத கண்ணன் இன்னொரு சுற்று மதுவை ஊற்றிக்கொண்டு குடிக்கத் துவங்கியபோது, அவர் வேண்டாவெறுப்பாக எதிரில் அமர்ந்தார்.

அவனது சமீபத்திய நடவடிக்கைகளின் மீது தனக்கிருந்த வெறுப்பினைக் கட்டுப்படுத்தியவராக 'கண்ணா நீ இப்பிடி இருக்கறது நல்லதுக்கில்ல..?' என பேச்சைத் துவங்கினார்.

'எப்பிடி இருக்கறது? இப்ப என்னத்த என்கிட்ட கெட்டத கண்டுவுட்ட நீயி..? கண்ணன் எகத்தாளமாக அவரைப் பார்க்க,

'எலேய் நல்லதுக்குச் சொன்னா சரின்னு கேட்டுப் பழகு... உன் வயசுல வெளையாட்டுத்தனமும் பொம்பள மேல ஆச வாரதும் சரிதான். ஆனா பாக்கற எல்லா பொம்பளையோடவும் படுக்க நெனைக்கக் கூடாது. ஒனக்குன்னு ஒரு தராதரம் இருக்குடா. நாளைக்கி இந்த ஜமீனையே கெட்டி ஆளப் போறவன் நீயி... நாலு பேரு ஒன் முதுகுக்குப் பின்னால சிரிக்கிற மாதிரி ஆயிரக் கூடாது...' என வீரணன் அழுத்தமாகச் சொன்னார்.

கண்ணன் அவரைப் பார்த்துச் சிரித்தபடியே 'எப்பா நீ என்ன சொல்ல நெனைக்கிறியோ அதச் சுத்தி வளைக்காம சொல்லு...' என்றான்.

'எல்லாம் இந்த வள்ளி வெவகாரம்தான்...' என தயங்கியபடியே வீரணன் சொல்ல, கண்ணன் அவரைப் பார்த்து சத்தமாகச் சிரித்தான்.

'அடி சக்க, உங்கிட்ட வந்து புகார் பண்ணாளாக்கும் அந்தத் தேவ்டியா... அது சரி... ஊருல மத்த பொம்பள மேல

இல்லாத அக்கற அப்பிடி என்ன இவ மேல?' என கண்ணன் அவரை ஊடுருவிப் பார்க்க வீரணன் அவனை முறைத்தார். 'சும்மா சொல்லுப்பா... அவ உங்கூட படுத்துட்டாளா? இல்ல படுக்கறேன்னு சொல்லித் தூண்டிவிட்டாளா?' எனக் கேட்டபோது அவரது அகந்தை சீண்டப்பட்டது.

'எலேய் மயிராண்டி... உன்னாட்டம் நெனச்சியா என்னய? அவ புருஷன் நம்ம வீட்டுல திருடிட்டு ஓடியிருக்கான். அவனக் கண்டுபிடிக்கணும்னா அவ இங்க இருக்கணும்... நீ ஏதாச்சும் செஞ்சு அவ ஓடிப்போயிட்டா களவு போன பொருளுக்கு யாரு பொறுப்பு...?' வீரணன் ஆத்திரப்பட்டார். அவரது முகத்தில் வெளிப்பட்ட போலித்தனமான கோவத்தைக் கண்ட கண்ணன் தொடையில் அடித்துச் சிரித்தபடியே மதுவை அவசரமாகக் குடித்தான். இன்னொரு சுற்று குவளையில் ஊற்றி மீண்டும் குடித்தபோது அவனது கண்கள் சிவப்பேறியிருந்தன.

'ஒன் அக்கற புண்ட என்னன்னு எனக்குத் தெரியாது பாரு...' என்றபடியே தனது மீசையைத் தடவிக்கொண்டவன் அவரது கண்களைப் பார்க்காமலேயே 'நம்மவீட்டுல பழனிதான் களவாண்டான்னு ஒனக்கு யாரு சொன்னது?... எல்லாத்தையும் களவாண்டது நானு...' என போகிறபோக்கில் சொன்னான். வீரணனுக்குச் சுருக்கென்றிருந்தது.

'நீ களவாண்டியா?' என ஆத்திரப்பட்டவரைத் தவிர்க்கும் பொருட்டு எழுந்துகொண்ட கண்ணன், ஒரு சுருட்டைப் பற்றவைத்துப் புகையை இழுத்தபடியே

'ஆமா நாந்தான் களவாண்டேன்... எப்பிடியும் எனக்கு சேர வேண்டியதுதான... எடுத்தா என்ன தப்பு...?' என கேலியாகக் கேட்டான். அதுவரையிலும் தன்னைக் கட்டுப்படுத்தியிருந்த ஜமீன் அவனது கையை ஆத்திரமாகப் பற்றினார்.

'அட அயோக்கிய தாயோலி இத ஏண்டா முன்னயே சொல்லல... தேவ இல்லாம அவன அடிச்சு அசிங்கப்படுத்தி ஊர விட்டே ஓட வெச்சிட்டியேடா...' எனக் கத்தினார். தனது கையை உதறிக்கொண்ட கண்ணன் 'சும்மா எதுக்கு குய்யாங் குய்யாங்னு கத்தற..? அவன்லாம் இனி திரும்பி வரமாட்டான்... நீ போயி உன் அலுவலப் பாரு...' என்றான்.

‘வரமாட்டானா? ஏன்?’

வீரணன் குழப்பத்தோடு கேட்க, ‘நாந்தான் அவனக் கொன்னுட்டனே...’ என கண்ணன் சிரித்தான். வீரணனுக்கு அதிர்ச்சியில் வார்த்தைகள் தடுமாறின. அவரது நடுக்கத்தைக் கவனித்த கண்ணன்,

‘எதுக்குப்பா அப்பிடி பாக்கற? நெசமாத்தான் சொல்லுறேன்... இந்தா இங்க வெச்சிதான் அவன அடிச்சே கொண்ணேன்... செத்ததுக்கு அப்பறம் ஓடம்ப துண்டு துண்டா வெட்டிப் புதுசா நட்ட தென்னங்கண்டுக்கு அடியில பொதச்சு வெச்சேன்... அந்தா தெரியுது பாரு அந்த மரத்துக்குக் கீழதான் அவ தலைய வெச்சேன்... பாக்கறியா ? தோண்டி எடுக்கவா?’ எனச் சுருட்டைப் புகைத்தபடியே கண்ணன் சொல்ல, தனது உடலிலிருந்த நடுக்கத்தை மறைத்துக்கொண்ட வீரணன் எதுவும் பேசாமல் அங்கிருந்து புறப்பட்டார்.

★★★

ஒரு வெள்ளிக்கிழமையின் அதிகாலையில் ஜமீன் வீடு பூசைக்குத் தயாராகிக்கொண்டிருந்தது. வாசலில் அமர்ந்திருந்த வீரணன் தனது துப்பாக்கியைத் துடைத்துக்கொண்டிருக்க, அவரது நாய்கள் இரண்டும் ஆவேசமாகக் குரைத்தன. 'ஏய் சனியனுகளா விடிஞ்சும் விடியாம எதுக்கு இப்பிடி கத்துறிய? பேசாமக் கெடங்க...' என சத்தம் குடுத்தார். வழக்கமாக அவரது சத்தத்திற்குக் கட்டுப்படும் நாய்கள் இடைவிடாமல் குரைத்தபடியே இருந்தன. கயிற்றை அறுத்துக்கொண்டு ஓடும் மூர்க்கத்தோடு கிணற்றைப் பார்த்துக் குரைத்துக்கொண்டிருந்தன. வேலைக்கார பெண் தண்ணீர் எடுப்பதற்காக பித்தளைக் குடத்தோடு கிணற்றை நோக்கி வந்தாள். நாயின் குரைப்பொலி அடங்காததைக் கண்டு தயங்கியபடியே தண்ணீர் இறைக்கும் பானையைக் கிணற்றுக்குள் வீசியவள் மெதுவாகக் கயிற்றை மேல் நோக்கி இழுத்தபோது, நீரில் கனம் கூடியிருந்தது. அந்தத் தண்ணீர்ப் பானை கிணற்றுக்கு மேலே வந்தபோது அதில் ஒரு பூனை இறந்து விறைத்துக்கிடந்தது. நீரில் ஊதிப்போய்க்கிடந்த பூனையின் மீது புழுக்கள் நெளிந்தன. அலறியபடி அவள் கயிற்றை விட தண்ணீர்ப் பானை பெரும் சத்தத்தோடு விழுந்தது. சத்தம் கேட்டு வீரணனும் அவரது குடும்பத்தினரும் ஓடிவந்து பார்த்தபோது கிணற்றைச் சுற்றி புழுக்கள் ஊர்ந்தன. வீரணனின் மனைவியும் மகளும் அருவருப்பு தாளாமல் வாந்தியெடுத்தார்கள்.

★★★

இடி விழுந்து எரிந்த மரத்தை முழுதாக வெட்டி எறிந்த நாளில் ஜமீன் வீடு சோபையிழக்கத் துவங்கியது. அன்றிரவு எல்லோரும் உறங்கிக்கொண்டிருந்தனர். கோடை காலத்து வெக்கையில் உடல் கசகசத்ததால் யாருக்கும் சரியான உறக்கமில்லை. படுக்கையறைக்கு வெளியே சரசரவென எதுவோ ஊரும் சத்தம் கேட்டு வீரணனும் அவரது மனைவியும் எழுந்துகொண்டனர். கதவைத் திறந்து கையில் விளக்கோடு வெளியே வந்தபோது ஏராளமான பாம்புகள் ஊர்ந்து கொண்டிருந்தன. கதவு திறக்கும் சத்தம் கேட்டு எழுந்துகொண்ட சண்முகத்தாயும் தனது அறையிலிருந்து வெளியே வர, ஊர்ந்து கொண்டிருந்த பாம்புகளில் ஒன்று அவள் கால்களைச் சுற்றியது... பயத்தில் அவள் வீறிட, வீரணன் அவசரமாகத் தனது கையிலிருந்த விளக்கில் துணியைச் சேர்த்து நெருப்பூட்டி பாம்புகளை நோக்கி வீசினார். ஊர்ந்துகொண்டிருந்த பாம்புகள் நெருப்பைக் கண்டு சீறின. சண்முகத்தாயின் கால்களைச் சுற்றியிருந்த பாம்பு அவளது கெண்டைக்காலில் தீண்ட, அவள் அச்சத்தில் மயங்கிச் சரிந்தாள். நெருப்பின் தீவிரம் அதிகமானதால் பாம்புகள் விலகியோட, வீரணன் ஓடிப்போய் தனது மகளைத் தாங்கிக் கொண்டார். அந்த அகால வேளையில் அவரது குடும்பம் பதைபதைப்போடு ஆஸ்பத்திரிக்கு ஓடினார்கள்.

★★★

சண்முகத்தாய் பிழைத்துக்கொண்டாலும் உடலில் கலந்துவிட்ட நஞ்சின் காரணமாய் அவளது கை கால்கள் செயலற்றுப் போயின. அவளிடமிருந்த பொலிவெல்லாம் மங்கி முகம் இருண்டுபோனது. தனது வீட்டில் நிகழ்ந்த அமானுஷ்யங்களால் மனமொடிந்துபோன ஜமீன் தனது உறவினர்களையும் குடும்ப ஜோதிடரையும் வரவழைத்திருந்தார். வேலைக்காரர்கள் எல்லோருக்கும் விடுப்பளிக்கப்பட்டிருந்தது. முற்றத்தில் வரையப்பட்டிருந்த ஸ்ரீசக்கரத்தின் மேல் ஜோசியர் உருட்டிய சோழிகள் உருண்டன. ஜமீன் குடும்பத்தைச் சேர்ந்த எல்லோரிடமும் அச்சம் கலந்த அமைதி குடிகொண்டிருக்க எவருடைய கண்களையும் பார்க்காமல் ஜோசியர் மூன்று நான்கு முறை சோழிகளை உருட்டினார். சில நொடிகளுக்குப்பின் ஸ்ரீ சக்கரத்தில் மையமாக வைக்கப்பட்டிருந்த விளக்கு காற்றில் அணைய ஜோசியர் நிதானமாக கண்களை மூடிக்கொண்டார். கண்களைத் திறந்து வீட்டிலிருந்த எல்லோரையும் பார்த்தவர், 'ஜமீனத் தவிர எல்லாரும் வெளிய போங்க...' என அவர் உத்தரவிட குழப்பத்தோடு எல்லோரும் வாசலை நோக்கி நடந்தனர். நாற்காலியில் அமர்ந்த நிலையிலேயே தூக்கிச் செல்லப்பட்ட சண்முகத்தாய் எதுவோ சொல்வதற்காக இரண்டு கைகளையும் தூக்கினாள். பேசமுடியாமல் கைகளை இறக்கிக் கொண்டாள்.

தனக்கு எதிரில் நின்றிருந்த ஜமீனைப் பார்த்த ஜோதிடர்,

"உங்க முன்னோர் செஞ்ச பாவம்தான் இப்போ உங்கள சுத்திக்கிட்டுருக்கு. இந்த மண்ணுக்கும் மலைக்கும் மக்களுக்கும் அவுக செஞ்ச அநீதி கொஞ்சநஞ்சமில்ல. இப்ப இந்தக் காடும் தெய்வமும் உக்கிரமாகியிருக்கு. இந்த வீட்டுல எங்கயோ மலவாசி மக்களோட தெய்வத்த ஒளிச்சி வெச்சிருக்கீங்க. அது வெளிய வாரதுக்கான வழிய தேடிட்டு இருக்கு. சீக்கிரமே வந்துரும். அப்பிடி வரும்போது உங்க வம்சத்துல ஒருத்தரும் மிஞ்ச மாட்டீங்க...' என்றார்.

அதிர்ந்துபோன ஜமீன் 'ஐயா அப்பிடி சொல்லக் கூடாது. இதுக்கு ஏதாச்சும் பரிகாரம் சொல்லுங்க.' என மன்றாடினார்.

அமைதியாக அவரை உற்றுநோக்கிய ஜோதிடர்,

'வழி இருக்கு. இந்த வீட்டுல பொறந்த ஒரு உசுர பலி குடுக்கணும்.

எந்தக் காட்ட செதச்சு உங்க முன்னோர் இந்த ஜமீன உருவாக்கினாங்களோ அந்தக் காட்டோட மனம் குளுந்துபோற மாதிரி அந்தப் பலி இருக்கணும். அந்தப் பலி யாருன்னு முடிவு செய்ய வேண்டியது நீ...' என அவர் அழுத்தமாகச் சொல்ல, வீரணன் அப்படியே உறைந்துபோனார்.

பகுதி – 7

ஜமீன் குடும்பத்தினரின் மீது ஊர்க்காரர்களுக்கு இருந்த பழியுணர்ச்சி, மூக்கையாவின் மகன் கொலையுண்டபோதோ, பழனி காணாமல் ஆக்கப்பட்டபோதோ, பெண்கள் மானமிழந்து குரலற்றவர்களாக்கப்பட்டபோதோ உருவானதல்ல. அதற்கும் வெகு காலத்திற்கு முன்பாக இந்தக் காடு ஊராக உருமாறிய நாளில் துவங்கியது.

காட்டை அழித்துப் புதிய ஊரையும் விவசாய நிலங்களையும் உருவாக்கிய ஜமீன் குடும்பத்தினர் மரங்களிலும் பாறைகளிலும் குடியிருந்த வனதேவாதிகளை அழித்தனர். பளிச்சியம்மன் காணாமலாக்கப்பட்ட சில வாரங்களிலேயே அந்தக் காட்டில் வனதேவாதிகளின் இருப்பே இல்லாமல் போனது. வழிபாட்டு மரங்கள் வெட்டப்பட்டு எரிக்கப்பட்டன. பாறைகள் உடைத்து வீடு கட்ட பயன்படுத்தப்பட்டன. மிருகங்கள் நீரருந்த வேண்டி பளியர்களால் வெட்டப்பட்டிருந்த குட்டைகள் மூடப்பட்டு அதைச் சுற்றி விளைநிலங்கள் உருவாக்கப்பட்டன. தங்கள் இடங்களிலிருந்து துரத்தியடிக்கப்பட்ட தெய்வங்கள் வாய்மூடி ஓலமிட்டதைக் காடும் மலையும் கேட்டு வருந்தின. மீளவியலாத சுழலுக்குள் சிக்கிக்கொண்ட தெய்வங்கள் தங்களை விடுவிக்க பளியர்களின் துணைவேண்டி நின்றன.

அதிகாரம் மக்களை அடிமைப்படுத்தத் துவங்கியது. இயற்கையைத் தவிர்த்து எதற்கும் வணங்காத பழங்குடி மக்களின் மீது நிகழ்த்தப்பட்ட வன்முறைகளின் விளைவாய் அவர்கள் ஜமீன் குடும்பத்தை எதிர்த்து நிற்பதற்குப் பதிலாக அச்சத்தில் குற்றேவல் புரிய பழக்கப்படுத்தப்பட்டனர். வேறு ஊர்களிலிருந்து இடம்பெயர்ந்து இங்கு குடியேறிய மக்களுக்கு மலையைப் புரிந்துகொள்ள வெகுகாலம் பிடித்ததால் பளியர்களின் துணையில்லாமல் இந்தக் காட்டைத் திருத்திப் பயிர் செய்ய முடியாதென்பதை ஜமீன் புரிந்துகொண்டார். பயிர் செய்யத் தகுதியான நிலங்கள் கண்டறியப்பட்டு, சமவெளிப் பயிர்களான சோளமும் குதிரைவாலியும் கம்பும் அந்த மலையில் செழிப்போடு விளைந்தது. ஒவ்வொரு விளைச்சலின் போதும் தண்ணீரோடு அந்த மக்களின் வியர்வையையும் குருதியையும் குடித்தே பயிர்கள் வளர்ந்தன. ஆனால் தங்களது உழைப்பிற்கான பயனை அம்மக்கள் அனுபவிக்கவில்லை. ஜமீன் தனது சாதியினரைத் தவிர்த்து பிற சாதியினருக்கு வெவ்வேறு அளவுகளில் தானியங்களைப் பிரித்துக் கொடுப்பதை வழக்கமாக்கினார். தனது வீட்டு வேலைகளையும் நிலங்களை மேற்பார்வையிடுவதையும் தன்னுடைய சாதிக்காரர்களிடம் கொடுத்தவர், கடுமையான வேலைகளைப் பிற சாதியினருக்குக் கொடுத்தார்.

நாளடைவில் ஒரே ஊரிலிருந்த போதும் அந்த மக்களுக்குள் பிரிவுகள் உண்டாயின. கடுமையாக உழைக்கிறவர்கள் எந்த அடிப்படை வசதிகளும் இல்லாமல் போராடிக் கொண்டிருக்க, ஜமீனுக்கு இணக்கமாக இருந்த சிலர் சிறிய வசதிகளை அனுபவிக்கத் துவங்கினார்கள். அந்த ஊர் பெரிதாகி அருகில் புதிய கிராமங்கள் உருவானபோது ஜமீன் இந்தக் கட்டமைப்பைத் தகர்க்க எவரையும் அனுமதிக்கவில்லை. அவரது தூரத்து உறவினர்கள் சிலர் விவசாய நிலங்களில் ஒரு பகுதியைப் பிரித்து எடுத்துக்கொண்டு ஜமீனுக்கு அடுத்த நிலையில் அதிகாரத்திற்கு வந்தார்கள். நூறு வருடங்களில் இந்த ஊர் மக்கள் மகிழ்ச்சியாயிருந்த நாட்கள் வெகு சொற்பம். உழைப்பதற்கான வலுவுள்ள மிருகங்களாகவே பார்க்கப்பட்ட இவர்களுக்கு எந்த உரிமைகளும் வழங்கப்படவில்லை.

சில வருடங்களிலேயே அந்தக் காடும் மலையும் ஒரு கடுங்கோடையை எதிர்கொண்டது. ஓடைகளும் குளங்களும் வறண்டு எங்கும் நீரின் இருப்பு இல்லாமல் ஆனபோது

விவசாய நிலங்கள் பாளம் பாளமாய் வெடித்தன. குடிநீருக்குக் கூட வழியில்லாத மக்கள் தாகத்தில் தவித்தபோது நீர்த்தடம் கண்டுபிடிக்க பளியர்கள் தங்களது குடியிலிருந்த பெரிய பளிச்சியின் உதவியை வேண்டினர். பல நூறு முழு நிலவுகளைப் பார்த்தவள், அந்தக் காட்டின் எல்லா மரங்களையும், மலைகளையும் அறிந்தவள். எந்தப் பருவத்தில் காற்றின் திசை மாறும் எப்போது மழைபெய்யும் என்பதையெல்லாம் அவள்தான் பளியர்களுக்குக் கற்றுக்கொடுத்தாள். பல நூறு தலைமுறை வாழ்வை கதைகளாகச் சொல்லவேண்டி அந்த வனத்திலிருந்த தெய்வங்கள் அவளை இன்னும் உயிரோடு வைத்திருந்தன. பெரிய பளிச்சி எல்லோரையும் பீமன் பொடவில் கூடச் சொல்லியிருந்தாள்.

வெயில் உக்கிரமாயிருந்த ஒரு நாளின் அதிகாலையில் பூசைக்கு ஏற்பாடானது. பளியர்களோடு ஊர் மக்களும் கலந்துகொள்ள, குழல் இசையும் மேளமும் கொம்புச் சத்தமுமாக பூசை துவங்கியது. பசியில் வறண்டுபோன முகங்களோடும் நீரைக் கண்டுபிடித்துவிடும் நம்பிக்கையோடும் மக்கள் கண்மூடி பிரார்த்தித்தனர். எப்போதும் குழலிசையில் இருக்கும் வசீகரமெல்லாம் காணாமல் போய் பசியில் உழல்கிறவனின் வேதனையே இசையாக வெளிப்பட்டது. பெரிய பளிச்சி அந்த ஓசையிலிருந்த பசியின் வேதனைகளையும் தாகத்தின் வேட்கைகளையும் நன்கு அறிந்திருந்தாள். இயற்கையிடம் மண்டியிடும் அரற்றலாக குழலிசையின் தீவிரம் மாறியபோது காட்டில் நீரில்லாமல் முடங்கிக்கிடந்த மிருகங்கள் தொந்தரவுக்குள்ளாகி ஆக்ரோஷமான ஒலிகளை எழுப்பின. மிருகங்களின் அபாய ஒலி மரங்களையும் பறவைகளையும் வெறிகொள்ள வைக்க, காடு சலசலத்தது.

இயற்கை மூர்க்கமாவதை உணர்ந்த தேராடி அவசரமாகக் குழல் இசையை நிறுத்தச் சொன்னார். எந்த இசையும் இல்லாமல் அமைதியாக பூசை நடந்து முடிந்தது. எல்லோருக்கும் முன்பாக மூங்கில் நாற்காலியில் அமர்ந்திருந்த முதிய பளிச்சி தேராடியை அருகில் அழைத்தாள். முதுமையில் அவளது பார்வை மங்கியிருந்தது, குரல் சன்னமான ஒலியில் எதிரொலித்ததால் தேராடி அவளுக்கு மிக அருகில் குனிந்து கேட்டார்.

'நம்ம பழைய குடிக்குப் பக்கத்துல இருந்த கெணறுதான் இந்தக் காட்டோட ஊத்து. எப்பல்லாம் இந்த மாதிரி காடு

வறண்டுபோகுதோ அப்பல்லாம் அந்தக் கெணத்துத் தண்ணிய எடுத்துட்டுப் போயிதான் குளத்துலயும் ஓடையிலயும் ஊத்திட்டு வருவோம். நூத்தி இருவது வருசத்துக்கு முன்னாடி இந்த மாதிரி நடந்துச்சு. அப்ப நம்ம குடியில இருந்த தேராடியும் மத்தவங்களும் இதத்தான் செஞ்சாங்க. எல்லாருமா போயி அந்தக் கெணத்துல தண்ணி எடுங்க...' என அவள் சொன்னாள்.

தேராடி பேச்சற்றுப்போய் எழுந்து நிற்க, எல்லோரும் அவர் என்ன சொல்லப் போகிறார் எனத் தெரிந்துகொள்ளக் காத்திருந்தனர். ஊர்க்கார பெரியவர் ஒருவர் 'தேராடி அப்பிடியே நின்னா எப்பிடி பெரிய பளிச்சி என்ன சொல்லுச்சுன்னு சொல்லுங்க... ஏதாச்சும் ஒரு வழி இருக்கும்ல...' என்று கேட்டார். தேராடி தயக்கத்தோடு ஊர்க்காரர்களைப் பார்த்தார்.

'ஜமீன் வீடு இருக்க இடத்துலதான் முன்ன எங்க பளியகுடி இருந்துச்சு. அங்க இருக்க கெணறுதான் இந்தக் காட்டோட ஊத்துங்கறது எங்களோட நம்பிக்க. எப்பல்லாம் இந்தக் காட்டுல வறட்சி வருதோ அப்பல்லாம் அந்தக் கெணத்துல இருந்து தண்ணி எடுத்துட்டுப் போயி காடு முழுக்க இருக்க நீர் நிலைல ஊத்தறது எங்களோட வழக்கம். இந்தக் காடு முழுக்க நீர்த்தடம் இருக்கு. எப்பல்லாம் தெய்வங்களும் வனதேவாதிகளும் கோவப்பட்டு கண்ண மூடுதுங்களோ அப்பல்லாம் அதுங்க மனசு குளுர இப்பிடி செய்வோம். இப்ப அந்தக் கெணத்துல தண்ணி எடுக்கணும்னா ஜமீன் மனசு வெய்க்கணும்...' எனச் சொல்லி முடித்தபோது கூடியிருந்த மக்கள் ஏமாற்றமடைந்தனர்.

'தேராடி, இத்தன நாளா நாம தண்ணி தாகத்துல செத்துட்டு இருக்கோம். அவய்ங்க ஒரு சொம்புத் தண்ணி குடுக்கல. பொழச்சுக் கெடக்கமா செத்துப் போனமான்னு எட்டிப் பாக்கல. இப்பப் போயி தண்ணி கேட்டா எப்பிடி குடுப்பான்?'

என ஒருவர் சொல்ல, கூட்டத்திலிருந்த பெண்ணொருத்தி,

'ஏன் இத நம்மளுக்காக மட்டுமா கேக்கறோம். அவுக வயலுக்கும் சேத்துதான கேக்கப் போறோம். வாங்க எல்லாருமா போயி அவுக வீட்டு வாசல்ல நிப்போம். ஏதாச்சும் ஒண்ணு நடக்கும்,' என நம்பிக்கையாகச் சொன்னாள். பெரிய பளிச்சியை பத்திரமாகச் சிறுவர்களும் சிறுமிகளும், பளியகுடிக்கு அழைத்துச் செல்ல,

ஊர் மக்கள் ஜமீன் வீட்டிற்குச் செல்ல ஆயத்தமாகினர். சூரியன் மேற்கு நோக்கி மிக மெதுவாக நகர்ந்தது.

பாதையின் இருமருங்கிலும் இருந்த மரங்கள் பட்டுப்போய் பசுமையற்றிருந்தன. உக்கிரமான பிற்பகல் வெயில் அந்த மக்களைக் கருணையின்றி வதைக்க, பலரும் தளர்ச்சியடைந்தனர். தாகம் தாங்காமல் சிலர் பாதையின் ஓரத்திலேயே அமர்ந்துவிட, இன்னும் சிலர் அவர்களுக்குத் துணையாகச் சேர்ந்துகொண்டனர். பீமன் பொடவிலிருந்து கிளம்பிய கூட்டத்தில் சரிபாதிபேர் காணாமல் போயினர். அந்தப் பாதையின் எதிர்த் திசையிலிருந்து கூட்டு வண்டி ஒன்று வந்தது. வண்டிக்கும் இந்த மக்களுக்குமான இடைவெளியில் கானல் நீர் பெரும் குளமெனக் காட்சியளிக்க, தங்களை நோக்கி வரும் வண்டிக்கு வழிவிடும் பொருட்டு ஊர்க்காரர்கள் பாதையின் இருபுறங்களிலும் ஒதுங்கி நின்றனர். வண்டி அவர்களை நெருங்கியது. அதிலிருந்த ஜமீனின் உறவினன் கூட்டமாகச் செல்லும் மக்களிடம் காரணத்தை விசாரித்தான். நீரைத் தேடிச் செல்வதாகச் சொன்னதன் பின்னாலிருந்த கதையை முழுமையாகக் கேட்டறிந்தவன் உடனடியாக வண்டியை ஜமீன் வீட்டை நோக்கிச் செலுத்தினான்.

கிணற்றிலிருந்து தண்ணீர் எடுப்பதற்காக மக்கள் திரண்டு வருகிறார்கள் என்கிற செய்தியறிந்ததும் ஜமீன் கொதிப்படைந்தார்.

‘ஒரு பய வீட்டு எல்லைக்குள்ள வரக்கூடாது. வீட்டச் சுத்தி நம்ம ஆளுகள நிப்பாட்டு. எவனாச்சும் எல்லையத்தாண்டி வந்தா அந்த எடத்திலயே வெட்டிக் கொண்ணுரணும்.’ என உத்தரவிட்டார். வீட்டிலிருந்தவர்கள் பரபரப்பாக கையில் கிடைக்கும் ஆயுதங்களை எடுத்துக்கொண்டு காவலுக்கு ஓட ஜமீனின் தம்பி மட்டும் எரிச்சலோடு,

‘ஏண்ணே... அந்தத் தண்ணிய எடுத்துட்டுத்தான் போகட்டுமே... நம்மளுக்கும் தேவையிருக்குல்ல... இப்பிடியே அவய்ங்களையும் சாகடிச்சு நம்ம நெலத்தையும் சாகக் குடுத்து என்னத்த சாதிக்கப் போறோம்,’ எனக் கேட்டார்.

ஆத்திரத்தில் அவரை அடிக்கப் பாய்ந்த ஜமீன், தன்னைக் கட்டுப்படுத்திக்கொண்டார்.

‘லேய் முட்டாத் தாயோலி அந்தக் கெணத்துல என்ன இருக்குன்னு

மறந்து போச்சா?... எவனுக்கும் ஒரு சொட்டுத் தண்ணி தரமாட்டேன்... நம்மளுக்குத் தேவையான தண்ணி இருக்குல்ல அது போதும்... இந்த நாயிங்க சாகட்டும். கெணத்துக்குப் பக்கத்துலகூட ஒருத்தனையும் விடக்கூடாது புரியுதா...' என்றபடியே மேற்கொண்டு பேசப் பொறுமையில்லாமல் வாசலை நோக்கி நடந்தார்.

வெயிலின் உக்கிரம் குறையத் துவங்கிய மாலை நேரத்தில் களைப்போடு ஊர்மக்கள் ஜமீன் வீட்டிற்கு முன்னால் திரண்டனர். வீட்டைச் சுற்றிலும் முரட்டு ஆட்கள் காவலுக்கு இருப்பதைப் பார்த்துத் திகைத்துப்போனவர்கள் வாசலில் நின்ற ஜமீனின் காலில் நெடுஞ்சாண்கிடையாக விழுந்தார்கள். ஊர்ப்பெரியவர் மட்டும் எழுந்து நின்றார்.

'ஐயா உங்க வீட்டுல களவாங்க வரல... பசிக்கு சோளமோ குதிரவாலியோ கேட்டு வரல.... ஒங்க கெணத்துல இருந்து கொஞ்சம் தண்ணிதான் கேட்டு வந்திருக்கோம். அந்தக் கெணத்துத் தண்ணிய எடுத்துட்டுப் போயி குளம் குட்டையில ஊத்துனா தண்ணி வந்துரும்னு பளியனுக சொல்றானுக... எங்களுக்காகக் கொஞ்சம் தயவு பண்ணுங்கய்யா...' என கோரிக்கை வைத்தார்.

இறுக்கமான முகத்தோடு எல்லோரையும் பார்த்த ஜமீன்,

'இங்கேருங்கய்யா அந்தக் கிறுக்குக் கூதியானுக எதையோ சொல்றானுகன்னு நீங்களும் நம்பிட்டு வராதிய... எங்க கெணத்துலயே இப்ப தண்ணி இல்ல. எட்டிப் பாத்தா பூமி தெரியற அளவுக்கு வத்திப் போச்சு... இருக்க தண்ணியவும் குடுத்துட்டம்னா எங்களுக்குக் குடிக்கத் தண்ணியில்லாம போகும்...'

என அவர் பேசப் பேச கூட்டத்திலிருந்து எதிர்ப்புக் குரல்கள் எழுந்தன.

'ஐயா அந்தக் கெணறுதான் இந்தக் காட்டோட ஊத்து... அதுல தண்ணி வத்தாது...' என ஒருவன் குரல் கொடுக்க, ஜமீன் ஆத்திரமாக,

'வக்காலோலி எவண்டா அது சத்தம் குடுத்தது... காட்டோட ஊத்தாம்... தண்ணி இல்லங்கறேன் அப்பறம் என்னடா அகராதியா பேச்சு... களஞ்சு போங்கடா எல்லாரும்...' என சத்தம் போட்டார்.

'தண்ணி இல்லங்கறத நாங்க எப்பிடி நம்பறது? எங்கள விடுங்க நாங்களே போயிப் பாத்துக்கறோம்...' என இன்னொருவன் சொல்ல, ஜமீனுக்குப் பின்னாலிருந்த ஆட்களில் இரண்டுபேர் திமுதிமுவென ஓடிப்போய் சத்தம் கொடுத்தவனைத் தூக்கிவந்து போட்டனர். ஜமீன் அவனது மாரில் ஓங்கி மிதிக்க பசிக் கிறக்கத்தில் அவன் மயங்கிப்போனான்.

'இன்னும் எவனுக்குடா கெணத்தப் பாக்கணும்?' என அவர் இறுதியாக சத்தம்போட எல்லோரும் பேச்சற்றுப்போனார்கள்.

'நீங்க எத்தன நாளு இங்கயே கெடந்து உருண்டாலும் தண்ணி குடுக்க மாட்டேன். ஆனதப் பாருங்கடா...' எனச் சொல்லிவிட்டு ஜமீன் வீட்டிற்குள் செல்ல அவரது ஆட்கள் மீண்டும் வாசலை மறைத்துப் பாதுகாப்பிற்கு நின்றனர்.

இரவு வேகமாகக் கவிழ்ந்தது. ஜமீன் வீட்டு எல்லையில் திரண்டிருந்த மக்களில் ஒருவர் கூட அசைந்திருக்கவில்லை. இரவு முழுக்க ஜமீன் ஆட்களும் தீவிரமாக கண்காணிக்க, திரண்டிருந்த மக்களில் பாதிக்கும் மேலானவர்கள் பசியிலும் தாகத்திலும் மயங்கிப் போயினர். அடுத்த நாள் பொழுதுவிடிந்தபோது பளியகுடியிலிருந்து சிறுவன் ஒருவன் வேகமாக அந்த மக்களை நோக்கி ஓடிவந்தான். நீண்டதூரம் ஓடிவந்ததில் அவனுக்கு மூச்சு வாங்கியது. கூட்டத்திலிருந்த பெண்ணொருத்தி சிறுவனைக் கண்டு 'இந்தப்பய ஏன் இன்னியாரத்துல இப்பிடி ஓடியாரான்னு தெரியலையே...' என பதறினாள். அவளது சத்தம் கேட்டு சிலர் திரும்பிப் பார்க்க, பளியர்கள் வேகமாக எழுந்தார்கள். அந்தச் சிறுவன் வந்து சேர்ந்தபோது அவனது தலைக்குமேல் அதிகாலையின் சூரிய வெளிச்சம் செங்கதிர்களாய்ப் பரவியது.

'என்னப்பா ஆச்சு... ஏன் இப்பிடி உசுர வெறுத்து ஓடியார..? என ஒருவர் கேட்க ஓடிவந்த களைப்பு தீராமல் மூச்சுவாங்கியபடியே 'பெரிய பளிச்சியக் காணாம்...' என்றான்... பதறிப்போன பளியர்கள் அவசரமாக அவனை நெருங்கினர்.

'ஒங்க எல்லாரையும் அதுக்குத் துணையா இருக்க வெச்சமே? அத்தன பேரு இருந்தும் எப்பிடி தனியாப் போகவிட்டிய?' என ஒருவர் கோவமாகக் கேட்டார்.

'ஆளு மாத்தி ஆளு நாங்க கூட இருந்து பாத்துக்கிட்டு இருந்தோம்.

செத்தவடம் முந்திதான் காணாமப் போச்சு...' என்றவனுக்கு அழுகையைக் கட்டுப்படுத்த முடியவில்லை. அவன் உடைந்து அழ, கூட்டத்திலிருந்த பளியர்களும் அழத் துவங்கினார்கள்.

'யேய் ஒருத்தனும் அழுவக்கூடாது. வாய மூடுங்கடா...' என தேராடி கடுமையாகச் சொல்ல, அழுகுரல்கள் கொஞ்சம் கொஞ்சமாக அமுங்கியது. தேராடி பளியகுடியை நோக்கி அவசரமாக ஓட, அவரைத் தொடர்ந்து மக்களும் ஓடினார்கள். ஜமீன் வீட்டைச் சுற்றிக் காவலுக்கிருந்த ஆட்கள் நடப்பதையெல்லாம் நல்லவேடிக்கையெனப் பார்த்துச் சிரித்தார்கள்.

ஊரைக் கடந்து மோகினிக் காடு பிரியுமிடத்தில் ஓடைக்கு அருகில் சிறுவர்களும் சிறுமிகளும் திரண்டிருப்பதைக் கண்ட பளியர்கள், அவர்களை நோக்கி ஓடினார்கள். அழுது ஓய்ந்த குழந்தைகள் மலையிலிருந்து ஓடை நீர் வரும் தடத்தைப் பார்த்துக் கொண்டிருந்தார்கள். அபூர்வமாகக் காட்சியளிக்கும் ராஜாளி கழுகுகள் கூட்டமாய் அந்தப் பாறையைச் சுற்றி வட்டமடித்துக் கொண்டிருந்தன. சிறுவர்களுள் வயதில் மூத்த ஒருத்தி மட்டும் சத்தமாக அழுதுகொண்டிருந்தாள். தேராடி அவளை நெருங்கிச் சென்று 'எத்தா அழுவாம என்ன நடந்துச்சுன்னு சொல்லுத்தா...?' எனக் கேட்க அவள் மலையில் ஓடை இறங்கும் பாதையைக் காட்டினாள். எல்லோரும் திரும்பிப் பார்க்க 'பெரிய பளிச்சி அந்தப் பாறையில ஏறிப் போச்சு. மொதல்ல சின்ன உருவமா இருந்து கொஞ்சம் கொஞ்சமா பெருசாகி ரெண்டு யானத் தண்டிக்கி அதோட உருவம் மாறுச்சு. பாறையில ஒவ்வொரு எட்டும் வெய்க்கிறப்போ இடி விழுந்த மாதிரி இருந்துச்சு. பாறையில நாலு எட்டு வெச்சு மேல போனதுக்கு அப்பறம் எங்களத் திரும்பிப் பாத்துச்சு... நாங்க பாத்துட்டு இருக்கப்பவே அப்பிடியே பாறையோட பாறையா மறஞ்சு போச்சு...' எனச் சொல்ல கூடியிருந்த எவருக்கும் விளங்கவில்லை.

'ஏய் என்னத்தா சொல்ற? வெளங்கற மாதிரி சொல்லு' என தேராடி கண்டிப்போடு கேட்க, அந்தச் சிறுமி திரும்பி அவரைப் பார்த்தாள்.

'அந்தப் பாறைய நல்லா பாரு தேராடி...' என அவள் சொன்னதும் தேராடியோடு சேர்த்து பளியர்களும் கவனமாகப் பார்த்தனர். பாறையில் பெரிய பெரிய கால் தடங்கள் பதிந்திருந்தன. ஒவ்வொரு

கால் தடமும் ஒரு ஆலமரத்தின் சுற்றளவிற்குப் பெரிதாயிருக்க, தேராடி மெல்ல அந்தப் பாதத் தடத்தை நோக்கி நடந்தார். அவரைத் தொடர்ந்து பளியர்களும் நடக்க, பாதத் தடங்கள் இப்பொழுது முன்னிலும் பெரிதாகத் தெரிந்தது. ஒரு பாதத்தடத்தின் முன்னால் தேராடி மண்டியிட்டு அமர, பாறை குழைந்து உள்ளிருந்து நீர் பீய்ச்சி அடித்தது. அந்தப் பாதத் தடத்தைத் தொடர்ந்து மற்ற பாதத்தடங்களில் இருந்தும் நீர் பீய்ச்சியடிக்க தூரத்தில் பார்த்துக் கொண்டிருந்த ஊர்க்காரர்கள் 'எம்மா எங்களக் காப்பாத்துன தாயே...' என சப்தமிட்டபடியே கைகூப்பினர். பல மாதங்களாக ஈரப்பதம் பார்க்காமல் வறண்டுபோயிருந்த பாறையில் தேங்காய்ப் பாலின் சுவையோடு நீர் பெருக்கெடுத்து ஓட அந்த மக்கள் பெரிய பளிச்சியை தெய்வமாக நினைத்துக் குலவையிட்டனர்.

அந்த நாளுக்குப் பின் காடு இன்னொரு வறட்சியை எதிர்கொள்ளவில்லை. மலையடிவாரத்தில் பெரிய பளிச்சிக்கு வைக்கப்பட்ட சாமிக்கல்லை பளியர்களோடு சேர்த்து ஊர்க்காரர்களும் வணங்கத் துவங்கினார்கள். பளியகுடியில் கதை சொல்வது மட்டும் நின்று போனது. கதை சொல்கிறவர்களின் குரல்கள் பெரிய பளிச்சியை நினைவுபடுத்தியதால் பெரியவர்கள் கதை சொல்வதைத் தவிர்த்தார்கள். கதை கேட்டு வளராத குழந்தைகளுக்கு அவர்களின் பெற்றோர் வேட்டைக்குப் பழக்கவும் தேனெடுக்கவும் கூட்டிச் செல்லும்போது காட்டைப் பற்றியும் பெரிய பளிச்சியைப் பற்றியும் சொல்வதோடு சரி. ஒவ்வொரு ஆட்டப்பாட்டின் போதும் வனதேவாதிகளோடு சேர்த்து பெரிய பளிச்சிக்கும் பூசை வைக்கப்பட்டது. பளியர்களும் ஊர்க்காரர்களும் அந்தப் பெருஞ்சாவுக்கு பழியெடுக்க முடியாமல் புழுங்கினர். ஒவ்வொரு குவளை நீரருந்தும் போதும் அது பெரிய பளிச்சியின் குருதி என்கிற நினைவு வரும், அவள் சிந்திய குருதிக்கு பதில் குருதி கொடுக்காத தங்களது இயலாமையை நினைத்துப் புழுங்கியவர்கள், ஜமீன் குடும்பம் அழியும் தினத்தில் பளிச்சிக்கு பூசை வைக்கவேண்டுமெனத் தங்களது பிள்ளைகளுக்கும் சொல்லி வளர்த்தனர்.

பகுதி – 8

கண்ணனால் சுடப்பட்ட பன்றி பெரும் சத்தத்தோடு பள்ளத்தில் விழுந்த சில நிமிடங்கள் வரை ஜமீன் இயல்பிற்குத் திரும்பியிருக்கவில்லை. கருத்த பிசாசைக் கண்ட அச்சத்தில் உறைந்துபோனவர், 'எய்யா.. ஒண்ணுமில்ல கண்ணுமுழிச்சுப் பாருங்க...' என தனிக்கொடி நீரடித்து எழுப்பிய பின்னரே இயல்பிற்குத் திரும்பினார். பன்றியின் நிழல் இன்னும் தனதருகிலேயே இருப்பதான பிரமையில் உடலை உதறியவருக்கு நீர் அருந்தக் கொடுத்தபோது பதற்றத்தோடு அருந்தினார். தொண்டைக்குழிக்குள் நீர் இறங்கும் சப்தம் கூழாங்கற்களை உருட்டிவிட்டது போன்ற ஒலியோடு எதிரொலிக்க முத்தையாவும் சக்கையனும் துணியால் அவருக்கு விசிறிவிட்டனர். வாடைக்காற்றையும் மீறி வியர்வை முத்து முத்தாய் முகத்தில் பூத்து வடிந்ததை ஒரு கையால் துடைத்துக் கொண்டவர் எல்லோரையும் மலங்க மலங்கப் பார்த்தார்.

உயிர்பிழைத்துவிட்டோமென்கிற பிரக்ஞை வந்ததுமே பன்றியின் மீது ஒருபோதும் அடங்காத வஞ்சமெழுந்தது. யானைகளையும் சிறுத்தைகளையும் வேட்டையாடியவன் பன்றியின் முன்னால் இரண்டாவது முறையாகவும் மண்டியிட்டதை ஊர் அறியக்கூடாது. தனது துப்பாக்கியைத் தேடி எடுத்தவரை உடனிருந்தவர்கள் அமைதிப்படுத்தி 'இப்ப பள்ளத்துல இறங்க முடியாது மழ பெய்ய ஆரம்பிச்சிருச்சு. ராத்திரிக்கி நாம பரண்ல ஒறங்கிட்டு

விடியக்காலைல வருவோம்,' என சமாதானம் சொன்னார்கள். வழிகாட்டியாய் வந்திருந்த பளியன் தன்னைப் பார்த்து நகைப்பதுபோல் இருக்க அவசரமாக எழுந்த ஜமீன்,

'சுன்னி எதுக்குடா என்னயப் பாத்து சிரிக்கிற?' என்று துப்பாக்கியை அவனை நோக்கித் திருப்பினார்.

'ஐயா நான் சிரிக்கலைங்கய்யா.. சாமி சாமியா இருப்பிய... நான் சிரிப்பனா உங்களப் பாத்து...?' என அவருக்கு முன்னால் மண்டியிட, ஆத்திரத்தில் அவன் முதுகில் ஓங்கி மிதித்தார்.

'பன்னியச் சுடாதிய அது எங்க தெய்வம்னு சொன்னது நீதானடா.... நாய்ப்பயலே... இந்தா இருக்கானே சக்கையன் இவனும் பளியன் தான்... அவன் சொன்னானா?.... நீ மட்டும் ஏண்டா சொன்ன?... என்றபடியே அவனை மீண்டும் மீண்டும் உதைத்தவர்

'நீ பன்னியச் சுடாதன்னு வாய வெச்சதாலதாண்டா தப்பிருச்சு... ஒக்காலி... அதுக்குப் பதிலா ஒன்னயச் சுடவா? ம்ம்ம் சுடவா டா...?' மீண்டும் துப்பாக்கியை அவனை நோக்கி நீட்ட தனிக்கொடியும் முத்தையாவும் அவரைத் தடுத்து நிறுத்தினார்கள்.

'ஐயா விடுங்க... அடிபட்ட பன்னி இங்கனதான் கெடக்கும். நாம காலையில வந்து பாத்துக்குவோம். வாங்க...' என வற்புறுத்தி அழைக்க, மூச்சுவாங்கியபடியே ஜமீன் தனது உடைகளைச் சரிசெய்துகொண்டார். துப்பாக்கியைத் தனிக்கொடியிடம் கொடுத்துவிட்டு பரணை நோக்கி இறங்கியவரை கண்ணன் நமுட்டுச் சிரிப்போடு தொடர்ந்தான். அவனது கேலியைக் கவனித்த தனிக்கொடி 'வேண்டாம்' என்பதுபோல் கையசைத்துச் சொல்ல, அவன் வேறுபக்கமாகத் திரும்பிச் சிரித்துக்கொண்டான்.

சரிவை நோக்கி இறங்கும்போதே தூறல் வலுத்து மழையானது. இடி மின்னல் எதுவுமில்லாத காடும் மலையும் மட்டுமே அடையாளம் காணக்கூடிய பெருமழை. மழைத்துளிகளிலிருந்த அடர்த்தி சிறு சிறு கற்களை மேலிருந்து எறிந்ததைப்போல் வலித்தது. துணியைத் தலைக்குமேல் தூக்கிப் பிடித்தபடியே வீரணனும் கண்ணனும் ஓட, சுமைகளைத் தூக்கிக் கொண்டு தனிக்கொடியும் மற்றவர்களும் அவர்களைத் தொடர்ந்தனர். முத்தையா தூக்கி வந்த வேட்டையாடப்பட்ட மானின் உடலிலிருந்த குருதி மழைநீரில் கழுவிச் சென்றதும் குளிப்பாட்டப்பட்டதுபோல் மானின் உடல்

சுத்தமாகக் காட்சியளித்தது. முத்தையா நடக்கும் அசைவுக்கு ஏற்றாற்போல் மான் தலையும் இடது வலமாக அசைந்தது.

பரணை நெருங்கும்போது மழையின் வேகம் குறைந்து காற்று வலுத்திருந்தது. உடைகளைக் களைந்துவிட்டு கௌபீனத்தோடு ஜமீன் பரணில் ஏறினார். அவசரத் தேவைக்காக பரணில் எப்போதும் பாதுகாக்கப்படும் அவரது வேட்டியில் ஒன்றை எடுத்து உடுத்திக் கொண்டபோது உடலிலிருந்த காயங்கள் வலித்தன. கால்கள் கடுக்க, வலதுகை தோள்பட்டையை அசைக்க முடியாத வலியோடு சாய்ந்து உட்கார்ந்தார். அவரைத் தொடர்ந்து வந்த கண்ணனும் உடைமாற்றிக் கொண்டு ஓரமாய் அமர்ந்தான்.

ஜமீனை பத்திரமாக பரணில் சேர்த்தபின் சக்கையனும் வழிகாட்டியான பளியனும் திரும்பிச் சென்றனர். அன்றிரவே ஊரில் முடிக்க வேண்டிய மிக முக்கியமான வேலையொன்று இருக்கிறதெனச் சொல்லி சக்கையன் கிளம்ப, பளியன் உணவெடுக்க பளியகுடிக்குச் சென்றான். அவமான உணர்வும் படபடப்பும் அடங்காத ஜமீன் எவருடனும் பேசாமல் அமர்ந்திருந்தார். வீட்டிலிருந்து எடுத்து வந்ததில் மிச்சமிருந்த சீனிக்கிழங்கை தனிக்கொடி இருவருக்கும் உண்ணக் கொடுத்தார். ஜமீன் அதனை ஏறெடுத்தும் பார்க்கவில்லை.

ஓடைக்கு அண்மையிலிருந்த பாறையின்மேல் பரண் அமைக்கப்பட்டிருந்தது. அந்த உயரத்திலிருந்து பளியர்களின் தினைவயலையும் தூரத்திலிருந்த பளியக்குடியையும் பார்க்க முடியும். காட்டுப் பூச்சிகளின் சப்தமும் ஓடையின் சலசலப்பொலியும் நிரம்பிய இரவில் ‘அந்தப் பன்னியக் கொல்லாம இங்க இருந்து போக மாட்டேன்...’ என ஜமீன் திரும்பத் திரும்பச் சொல்லிக் கொண்டிருந்தார்.

‘எப்பா அந்தப் பன்னியோட கழுத்துல குண்ட இறக்கியிருக்கேன், கண்டிப்பா இன்னேரம் செத்திருக்கும்,’ என கண்ணன் கேலியாகச் சொல்ல, வீரணன் திரும்பி அவனை முறைத்தார். சீனிக்கிழங்கைத் தின்றுகொண்டிருந்த கண்ணன் அவரைப் பொருட்படுத்தவில்லை. தோள்பட்டையிலும் காலிலும் அடிபட்டிருந்த வீரணனுக்கு தனிக்கொடி களிம்பு பூசிக் கொண்டிருந்தார்.

'போதும் கொடி போயி திங்கிறதுக்கு எதையாச்சும் தயார் பண்ணுங்க.' என ஜமீன் சலிப்போடு தனது உடலை விலக்கிக் கொள்ள, அவர் மனம் இயல்பாகும் வரை தொந்தரவு செய்ய வேண்டாமென தனிக்கொடி பரணிலிருந்து இறங்கத் தயாரானார். அவரைத் தொடர்ந்து கண்ணனும் பரணிலிருந்து இறங்க, ஜமீன் ஒரு சுருட்டை எடுத்துப் பற்றுவைத்துக் கொண்டு காட்டை உற்றுநோக்கினார்.

★★★

ஜோதிடர் வந்து போனதற்குப்பின் வீரணனுக்கு ஏராளமான குழப்பங்கள். இந்தக் குடும்பத்து வாரிசை எப்படி பலி கொடுப்பது? யாரை பலி கொடுப்பது? ஒருவரிடமும் பகிர்ந்துகொள்ள முடியாத ரகசியத்தைச் சுமந்து தவித்தவர், வள்ளியின் வீட்டிலேயே தங்கத் துவங்கினார். எதன் மீதும் விருப்பமில்லாமல் முடங்கிக் கிடந்த ஜமீனைக் கவனித்த வள்ளி 'ஏன் ரெண்டு நாளா ஒரு மாதிரி இருக்கிய... ஏதாச்சும் பிரச்சனையா?' எனக் கேட்டாள்.

'ஜோசியக்காரரு வந்துட்டுப் போனதுல இருந்து மனசே சரி இல்ல... என்ன முடிவெடுக்கிறதுன்னு தெரியாம தவிக்கிறேன்...'

என வீரணன் சொல்ல, அவரை நெருங்கி அமர்ந்தவள்,

'ஏன் அப்பிடி என்ன சொல்லிட்டுப் போனாரு...?' எனக் கேட்டாள்.

தயக்கத்தோடு அவளைப் பார்த்தவர்,

'வீட்டச் சுத்தி நடக்கற கெட்டதுக்கெல்லாம் ஒரு முடிவு வரணும்னா ஒரு பலி குடுக்கணும்னு சொல்றாரு...' என்றபோதே அவருக்கு குரல் தடுமாறியது. அவரது மன சஞ்சலத்தைப் புரிந்துகொண்ட வள்ளி எதுவும் பேசாமல் எழுந்துகொண்டாள்.

'இதுல யாரும் எந்த யோசனையும் சொல்ல முடியாது. நீங்களே யோசிச்சு முடிவுக்கு வாங்க...' என்றபடியே உடைமாற்றுவதற்காகச் சென்றாள்.

யோசனையோடு அவளைப் பார்த்துக்கொண்டிருந்த வீரணன் அவளது முதுகிலும் இடையிலும் பற்தடங்கள் பட்டு காயம்பட்டிருப்பதைக் கவனித்தார்.

'என்னடி அது?' என அவரது குரலில் கடுமை கூடியது.

'எது?' என திரும்பிப் பார்த்தவள் அவரது பார்வை தனது உடலிலிருந்த காயங்களின் மீது இருப்பதைக் கவனித்து 'இதுவா.. எல்லாம் ஒங்க மகென் தான்... வெறி புடிச்ச மிருகம் மாதிரி கடிக்கிறான்...' என கவலையாகச் சொன்னாள்.

'அந்தத் தாயோலி மவன் இன்னுமா உங்கிட்ட வரான்... அவன சங்கறுத்தாதான் அடங்குவான் போல...' என ஆத்திரப் பட்டார்.

'ந்தா... சும்மா அவசரப்பட்டு எதும் வார்த்தைய விடாதிய... அவனுக்கு இருக்க வெறிக்கு நீ இப்பிடி பேசறதக் கேட்டாலே உன்னய தல வேற முண்டம் வேறயா அறுத்துப் போட்றுவான்...' எனச் சிரித்தாள்.

அந்தச் சிரிப்பிலிருந்த ஏளனம் வீரணனை ஆத்திரமூட்டியது.

'எதுக்குடி சிரிக்கிற முண்ட...? அவெ ஒரு ஆளு. அவெ என்னய அறுத்துப் போட்றுவானா?' என்றபடியே வீரணன் அவளை நெருங்கினார்.

'பின்ன என்னன்னு நெனச்ச அவன? அவன் ஆம்பளய்யா... ஒன்னய மாதிரி பத்துப்பேரு வந்தாலும் எதுத்து நிப்பான். அவெென் வீரம் என்னன்னு அவங்கூட படுத்த எனக்குத்தான தெரியும்...'

என சாதாரணமாகச் சொல்லிவிட்டு வள்ளி வாசலுக்குச் செல்ல, பின்னாலேயே சென்ற வீரணன் ஓங்கி அவளது பொடனியில் அடித்தார்.

'யாரு ஆம்பளன்னு காட்றண்டி... அவன சல்லி சல்லியா வகுந்து போடறனா இல்லயா பாரு.. ஜோசியக்காரன் சொன்னது சரிதான்.. என்னயச் சுத்தி இருக்க எல்லாக் கெட்டதையும் ஒழிக்கணும்னா அவனப் பலி குடுத்துதான் ஆகணும்...' என்றபடியே எச்சிலைக் காறித் துப்பிவிட்டு வேகமாகத் தனது ஜீப்பை நோக்கி நடந்தார். ஜீப்பில் ஏறிச் செல்வது வரை அவரையே பார்த்துக் கொண்டிருந்த வள்ளி வஞ்சகமாய் சிரித்தபடியே தனது கூந்தலை முடிந்துகொண்டாள்.

★★★

பரணுக்குக் கீழே பாறையில் நெருப்பூட்டி வேட்டையாடப்பட்ட மானை முத்தையா வாட்டிக்கொண்டிருந்தான். 'என்ன முத்தையா கறி நல்லா வெந்துருச்சா? எனக் கேட்டபடியே வந்த தனிக்கொடி ஒரு பாத்திரத்தில் ஓடையில் நீரெடுக்கச் சென்றார்.

'செத்தவடத்துல ஆயிரும்ணே...' என்றபடியே முத்தையா இறைச்சியை நெருப்பில் வாட்டிக்கொண்டிருந்தான். கண்ணன் தனது உடைகளைக் களைந்துவிட்டு நிர்வாணமாக ஓடையில் இறங்கினான். குடிப்பதற்கு நீரெடுத்த தனிக்கொடி, 'தம்பி நல்ல தனுப்பு இருக்கு. இப்பப் போயி ஓடையில எறங்கினா எப்பிடி? மேலுக்கு முடியாமப் போகும்... எந்திரிச்சு வாங்க..' என அக்கறையாக அழைத்தார்.

'எண்ணே நான் எங்கப்பன மாதிரி கெழட்டுப் பயலா? எடுத்ததுக்கெல்லாம் முடங்கிப் படுக்க...' என கண்ணன் சிரிக்க, தனிக்கொடி பேச்சை வளர்க்காமல் முத்தையாவை நோக்கிச் சென்றார்.

'சக்கையன் போற காரியம் எல்லாம் நெனச்ச மாதிரியே நடந்துருமா முத்து...' என அவனுக்கு மட்டும் கேட்கும் சத்தத்தில் அவர் கேட்க, இறைச்சியை நெருப்பில் வைத்துவிட்டுத் திரும்பி முத்தையா,

'எண்ணே, நம்ம ஊர் பொழச்சிருக்கணும்னா நாம நெனச்ச மாதிரி நடக்கணும். அவன் எப்ப வருவான் என்ன சொல்லப் போறான்னு தெரிஞ்சுக்கத்தான் நானும் உசுரக் கையில புடிச்சிட்டு இருக்கேன்,' என்றான். அவர்கள் அமைதியாக சக்கையன் இறங்கிச் சென்ற காட்டுப் பாதையைப் பார்த்தார்கள். அந்த மரங்களுக்கும் மலைக்கும் அப்பால் அவர்களின் ஊர் தூரத்தில் மறைந்திருந்தது. சபிக்கப்பட்ட அந்த சிறிய நிலம் தனது விடுதலைக்கான தருணத்தை எதிர்நோக்கியிருந்தது.

அதேநேரம் ஓடையைக் கடந்து வழிகாட்டியான பளியனும் அவனது மனைவியும் மண்பாத்திரங்களோடு இவர்களை நோக்கி வந்தார்கள். முத்தையா நெருப்பிலிருந்து இறைச்சியைத் தனியாக எடுத்து இலைகளில் வைத்தார். பளியனும் அவர்களோடு வந்து சேர்ந்தபின்-

'தம்பி வாங்க சாப்புடுவோம்.' என தனிக்கொடி கண்ணனை அழைத்தார்.

‘எனக்கு இப்ப பசியில்ல, நீங்க அவரக் கவனிங்கண்ணே...’ என்ற கண்ணன் உற்சாகமாக நீரில் முங்கிக் குளித்தான்.

தனிக்கொடி மற்ற மூவரையும் அழைத்துக் கொண்டு உணவுகளோடு பரண் ஏறினார். வெறுமனே சம்மணமிட்டு அமர்ந்திருந்த ஜமீன் இவர்கள் வருவதைக் கவனித்துத் திரும்பிப் பார்க்க, ‘தேனும் தெனமாவும் எடுத்தாந்திருக்கோம், சாமி பசியாறணும்,’ என பளியன் சொன்னான். முத்தையா இலையிலிருந்த இறைச்சியை அவருக்குப் பரிமாற, அவர் நிதானமாக உணவருந்தத் தொடங்கினார். அந்த அமைதியில் அவர் சாப்பிடும் சத்தம் கேட்டும் பரணுக்குள் கேட்டுக் கொண்டிருந்தது. ‘அவென் வரலையா?’ என பொதுவாகக் கேட்டார்.

‘தம்பிக்கு பசி இல்லையாம். நீங்க சாப்பிடுங்க’ என்ற தனிக்கொடி ஒரு குவளையில் நீர் ஊற்றிக் கொடுத்தார். நிதானமாக சாப்பிட்டு முடித்த ஜமீன் எழுந்து வந்து பரணுக்கு வெளியே கை கழுவினார். கீழே ஓடையில் இன்பமாய் குளித்துக்கொண்டிருந்த தனது மகனைப் பார்த்து எரிச்சலானவார் ‘ச்செரி நீங்களும் எடுத்துட்டுப் போயி சாப்பிடுங்க. நான் நேரத்தோட ஒறங்கறேன்,’ என மீண்டும் தனக்கான இடத்தில் சென்று அமர்ந்துகொண்டார்.

பரப்பி வைக்கப்பட்டிருந்த உணவுப் பொருட்களை சேகரித்து எடுத்துக்கொண்டு எல்லோரும் கீழே இறங்க ‘கொடி நீ மட்டும் செத்த பொறு...’ என்று சொல்ல மற்றவர்களைப் போகச் சொல்லிவிட்டு, தனிக்கொடி மட்டும் நின்றார். எல்லோரும் பரணிலிருந்து இறங்கும்வரை பொறுமை காத்த ஜமீன் ஆளரவம் கேட்கவில்லை என்பதை உறுதிசெய்துகொண்டபின் ‘நாம வந்த காரியம் யாவகம் இருக்குல்ல... முத்தையாவும் சக்கையனும் பயந்தவனுக, கடைசி நேரத்துல கழிஞ்சிருவானுக... நீதான் எங்கூட நின்னு முடிச்சுக் குடுக்கணும்...’ என்று சொல்ல தனிக்கொடி ‘சரிங்கய்யா...’ எனத் தயக்கத்தோடு ஒப்புக்கொண்டார்.

குளித்து முடித்து ஓடைக்கரையில் அமர்ந்திருந்த கண்ணன் வானத்தைப் பார்த்தபடியே மதுவருந்தினான். வெளியே அடித்த குளிர் காற்றுக்கும் மதுவைக் குடித்ததால் உடலுக்குள் உண்டான சூட்டுக்கும் இதமாக இருந்தது. களைப்பையும் மீறி அந்த வாடைக்காற்றுக்கு உடலில் ஆசை கிளர்ந்தெழ அவன்

வள்ளியின் உடலை நினைத்துக்கொண்டான். நரம்புகள் முறுக்கேற புதுவிதமான பரவசத்தை உணர்ந்தவன், ஒவ்வொரு முறை அவளோடு கூடி எழும்போதும் நூறு வேட்டைகளைக் கண்ட பூரிப்பினை உணர்ந்தான்.

★★★

ஜமீனுக்கும் அவரது மகனுக்கும் வள்ளியின் பொருட்டு உண்டான மோதலுக்குப்பின் இருவரும் நேருக்கு நேராகச் சந்தித்துக்கொள்வதைத் தவிர்த்தனர். வள்ளியைத் தனக்கானவளாக மாற்றிக்கொள்ள முடிவுசெய்த ஜமீன் அவளை ஊர் எல்லையில் தனியாகக் குடிவைத்தார். எல்லாவற்றையும் கவனித்த கண்ணன் தனக்கான நேரம் வரும்வரை காத்திருப்பதென முடிவு செய்தான். அவரில்லாத ஒரு நாள் கண்ணன் அவளைத் தேடிவர முதலில் அருவருப்போடு ஒதுக்கினாள்.

'தம்பி நான் ஓங்க அப்பாவோட இருக்கேன்... நீங்க என் பக்கத்துல வாரது மொறையில்லப்பா...' என கையெடுத்துக் கும்பிட்டாள்.

அவளை ஓங்கி அறைந்த கண்ணன் கூந்தலை அள்ளிப் பற்றினான்.

'வாய மூட்றி தேவுடியா.... அப்பிடி பாத்தா மொதல்ல நாந்தான ஒங்கூட இருந்தேன்... எங்கப்பன் கிட்டச் சொன்னியா, உங்க புள்ள கூட இருந்திருக்கேன். நீங்க எங்கூட இருக்கது மொறயில்லன்னு...' எனக் கேட்க, பதில் சொல்லமுடியாமல் வெறித்துப் பார்த்தாள். வேட்டைக்குக் காத்திருந்த வெறியோடு அவளோடு கூடியவன் அதன்பிறகு எப்போதெல்லாம் ஜமீன் அங்கு வருவதில்லையோ அப்போது தவறாமல் வரத் துவங்கினான்.

மூன்று நாட்களுக்கு முன், நீண்ட புணர்ச்சிக்குப்பின் வள்ளியின் படுக்கையில் கண்ணன் உறங்கிக்கொண்டிருந்தான். கையில் கூர்மையான சூரிக்கத்தியோடு அவனை நெருங்கிய வள்ளிக்கு அவனைக் கொன்றே ஆகவேண்டுமென வெறி. மெதுவாக நெருங்கி அவனது கழுத்தின் அருகில் கத்தியைக் கொண்டுவந்தபோது அச்சத்தில் அவளுக்கு கைகள் நடுங்கின. நடுங்கிய கையை இறுகிப் பற்றிய கண்ணன் அவளைப் படுக்கையில் இழுத்துப் போட்டான். அவனிடமிருந்து விடுவித்துக்கொள்ள போராடிப் பார்த்தவள் முடியாமல் அடங்கிப்போக, கண்ணன் அவளது கழுத்திலும் மார்பிலும் ஆவேசமாக முத்தமிட்டுக் கடித்தான்.

'ஒருத்தரக் கொல்லணும்னு முடிவு பண்ணிட்டா தன் உசுரே போனாலும் பரவாயில்ல.. எதிரியக் கொண்ணுரணும்னு ஒரு வெறி வரணும்... ஒனக்கு இன்னும் அது வரல...' என சிரித்தபடியே அவளது கையிலிருந்த கத்தியைப் பிடுங்கி எறிந்தான். தன்னைமீறி பொங்கிய கண்ணீரைத் துடைத்துக்கொள்ளாமல்

கூரையை வெறித்துப் பார்த்துக்கொண்டிருந்த வள்ளியின் மீது மூர்க்கமாய் இயங்கிய கண்ணன் நீண்ட நேரத்திற்குப்பின் எழுந்து உடைமாற்றிக் கொண்டான். சிதறிக் கிடந்த தனது உடைகளைச் சரிசெய்தபடியே சிரித்தாள்.

'எதுக்குடி சிரிக்கிற முண்ட...?'

கண்ணன் திரும்பி அவளை முறைக்க, வள்ளி தனது உடலோடு சேலையை சுற்றியபடியே,

'எனக்கு வேணா ஒன்னயக் கொல்ல தெம்பு இல்லாம இருக்கலாம். ஆனா ஒங்கப்பனுக்கு இருக்கு... இன்னும் ரெண்டு நாளுல வேட்டைக்குப் போறயில்ல... என்ன நடக்குதுன்னு பாரு...' என்றாள்.

'எங்கப்பனால என் மயிரக்கூட புடுங்க முடியாது,' என கண்ணன் கேலியாகச் சிரித்தான்.

'உன்னாலதான் ஒங்கப்பன ஒண்ணும் செய்ய முடியாது. ஆம்பளன்னா அவந்தான்... நீயெல்லாம் ஒரு மயிருமில்ல... சும்மா பத்துப் பொம்பளகூட படுத்துட்டா பெரிய இவனாடா நீயி... போ முடிஞ்சா உன் உயிரக் காப்பாத்திக்க...' என்றபடியே அவனைக் கடந்து போனாள்.

கண்ணனுக்கு இப்பொழுதும் அந்த வார்த்தைகள் ஆத்திரத்தைக் கிளறின. இந்த வேட்டையில் மிஞ்சப் போவது தானாக மட்டுமே இருக்கவேண்டுமென்கிற வெறி தணலாக எரிய, தன்னை நோக்கி ஆள்வரும் சத்தம் கேட்டுத் திரும்பிப் பார்த்தான்.

'நேரமாச்சு வாங்க தம்பி சாப்பிடுவோம்,' என்றபடியே தனிக்கொடி நெருங்கி வந்தார்.

'அது இருக்கட்டும் நீங்க இங்க வாங்க...' என கண்ணன் அவரை அழைத்தான்.

தனிக்கொடி அவனை நெருங்கிச் செல்ல, உட்காரச் சொல்லி அவன் பாறையில் தட்டினான். அவர் தயக்கத்தோடு அவனருகில் அமர்ந்தார். அமைதியாக ஓடையைப் பார்த்தபடியே இருந்த கண்ணன் சிரித்தான்.

'என்னய ஒங்களுக்குப் புடிக்காதுல்லண்ணே.'

தனிக்கொடி அவன் எதற்காகச் சொல்கிறான் என்பது தெரியாமல் 'தம்பி?' எனக் குழப்பமாகக் கேட்டார்.

'உங்க யாருக்கும் என்னயப் புடிக்காதுல்ல…?'

என்றபடியே கண்ணன் அவரைத் திரும்பிப் பார்த்தான்.

'அப்பிடிலாம் இல்ல தம்பி... ஏன் திடீர்னு கேக்கறீங்க…?' என தனிக்கொடி கேட்க, 'எனக்குத் தெரியும்ணே… எல்லாருமா சேந்து இந்த வேட்டைக்கு வந்ததே என்னயக் கொல்லத்தான..?' என்றபடியே திரும்பி அவரது கண்களைப் பார்த்தான்.

தனிக்கொடி வெலவெலத்துப்போனார்.

'ச்சே ச்சே அப்பிடிலாம் இல்லப்பா… ஒங்கப்பா எப்பிடி ஒங்கள கொல்ல விடுவாரு…?' என பதற்றத்தில் அவருக்குச் சொற்கள் சிதறின.

'அந்தத் தாயோலி போட்ட திட்டம்தான இதெல்லாம். ஜோசியக்காரன் சொன்னது, வீட்டச் சுத்தி நடக்கற கெட்டது இதெல்லாம் காரணமில்ல, அந்தாளுக்கு நான் ஒரு ஆளா வளந்துட்டேன்னு பொறாம. அவரு காலத்துலயே நான் பெரிய ஆளா வந்துட்டா அவரோட மரியாத போயிரும்ல… அதுக்குத்தான என்னயக் கொல்லப் பாக்கறான்…?' என கண்ணன் ஆத்திரமாகச் சொன்னதற்கு பதிலளிக்க முடியாமல் தனிக்கொடி அமைதி காத்தார்.

'எல்லாரும் என்னயக் கெட்டவன்னு சொல்றீங்க? ஆனா நான் இன்னைக்கி இப்பிடி இருக்கறதுக்கு யாரு காரணம்? உங்க மனசாட்சியத் தொட்டுச் சொல்லுங்க? அந்தாளுதான…?' என அவன் கேட்க, தனிக்கொடி ஆமோதிக்க முடியாத நிலையில் அவனைப் பார்த்தார்.

'ஒரு அப்பனா எந்த நல்லதையும் சொல்லிக் குடுக்கல, எவன அழிக்கிறது எவன் குடும்பத்தக் கெடுக்கறது இத மட்டுந்தான் அந்தாளு எனக்குச் சொல்லிக் குடுத்துருக்கான்… அப்ப நியாயமா சாக வேண்டியது யாருண்ணே…' என்றபடியே கண்ணன் தனிக்கொடியின் கண்களைப் பார்க்க அவர் அதிர்ச்சியானார்.

'தம்பி அது வந்து?' என குழப்பத்தோடு பேச்சைத் துவங்கி நிறுத்தியவரின் கைகளைப் பற்றிக்கொண்ட கண்ணன்,

‘எண்ணே நா நீங்க தூக்கி வளத்த பிள்ள... நீங்கதான் என்னயப் பாதுகாக்கணும்... நாம எல்லோரும் ஒண்ணா சேந்தா எங்கப்பனக் கொண்ணுரலாம். என்ன சொல்றீங்க?’ எனக் கேட்டான்.

அவனிடமிருந்து கைகளை விலக்கிக் கொள்ளும் துணிச்சல் இல்லாமல் தனிக்கொடி உறைந்துபோயிருந்தார்.

‘நான் சொன்ன மாதிரி செஞ்சிங்கன்னா இந்த ஊருக்கு எந்தப் பிரச்சனையும் இனி வராதுண்ணே... நான் உங்க எல்லாருகிட்டயும் நல்லவிதமா நடந்துக்குவேன்...’ என சத்தியம் செய்ய தனிக்கொடி அரைமனதோடு சம்மதித்தார்.

★★★

சக்கையன் ஊரை அடைந்தபோது பல காலமாக உறங்கிக் கொண்டிருந்த பிசாசுகள் எல்லாம் விழித்துக்கொண்டன. பெரும் பசியோடு காட்டையும் ஊரையும் உற்றுநோக்கிய அப்பிசாசுகளுக்கு எல்லாவற்றையும் வாரிச் சுருட்டிக்கொள்ளும் வெறி. மந்தையில் திரண்டிருந்த ஊர்க்காரர்கள் தீப்பந்தத்தோடு வரும் சக்கையனைக் கண்டதும் பரபரப்படைந்தனர். காட்டுப் பாதையில் கால் கடுக்க ஓடிவந்தவனது உடலிலிருந்து வியர்வை தாரை தாரையாய் வழிந்தோடியது. வள்ளி ஒரு குவளையில் அவனுக்கு நீர் கொடுத்தாள். சுற்றியிருந்த ஊர்ப்பெரியவர்கள் அவன் பேசுவதற்காகக் காத்திருந்தனர். கடைசிச் சொட்டு வரை நீரை அருந்தியபின் சக்கையன் ஊர்க்காரர்களைக் கவனமாகப் பார்த்தான்.

'இத்தன வருசமா நாம பொறுத்திருந்ததெல்லாம் போதும். இன்னியோட அந்த ஜமீன் குடும்பம் இந்த ஊருல இருந்ததுக்கான அடையாளமே இருக்கக் கூடாது... என்ன சொல்றிய?'

என அவன் கேட்க, எல்லோரும் பேச்சற்றுப் பார்த்துக் கொண்டிருந்தார்கள். ஒரு பெரியவர் எல்லோருக்கும் பொதுவாக தயக்கமான குரலில் பேசத் துவங்கினார்.

'சக்கையா, அம்புட்டு லேசுல அவய்ங்கள ஒழிச்சிர முடியுமா? அவய்ங்க ஆளு அம்பு படைன்னு பேர் போனவனுக... போதாதுக்கு சர்க்காரும் போலிஸூம் அவய்ங்க கைக்குள்ள... நாம என்னண்டுய்யா சமாளிக்கிறது...?'

ஊரில் பெரும்பாலானவர்களின் எண்ணமும் அதுவாகவே இருந்ததால் எல்லோரும் பெரியவர் சொன்னதை ஆமோதிப்பது போல் தலையசைத்தனர்.

'அப்புச்சி... சர்க்காருங்கறது உன்னயவும் என்னயவும் மாதிரி இல்லாதப்பட்டவனுக்காக உருவானதுதான். இவய்ங்க இங்கனக்குள்ள இருக்கவய்ங்களுக்கு துட்டக் குடுத்து கைக்குள்ள போட்டு வெச்சிருக்காய்ங்க... இந்த ஜமீனப் பாக்க எத்தன பேரு வெளியூருல இருந்து வந்துபோறாய்ங்க. அவய்ங்கலாம் என்ன இவய்ங்கள மாதிரி ராச பரம்பரையா? எல்லாம் நம்மள மாதிரி இருந்து ஒழச்சு முன்னுக்கு வந்தவனுகதான். இந்தக் காட்டுக்கு வெளிய ஊரு உலகம் எவ்வளவோ மாறிடுச்சு, நாம அது எதையும்

பாக்காததால நமக்குத் தெரியல. நம்ம புள்ளகுட்டியாச்சும் ஒரு நல்ல நெலைக்கு வரணும்னா நாம இவய்ங்கள ஒழிச்சாதான் முடியும்...'

என சக்கையன் பேசி முடித்தபோது எல்லோரது முகத்திலும் ஒரு புதிய ஊரையும் வாழ்வையும் எதிர்நோக்கிய ஆவல் பிறந்தது. அந்த ஆவல் சில நிமிடங்கள் கூட நீடிக்கவியலாதபடி இன்னொரு ஆள், 'நீ சொல்றதையெல்லாம் கேக்க நல்லாதான்யா இருக்கு. ஆனா நாம ஏதோ ஒண்ணச் செய்யப்போயி ஒண்ணு கெடக்க ஒண்ணு ஆகிப்போச்சுன்னு வெய்யி... அவய்ங்க நம்மள கூண்டோட அழிச்சிருவாய்ங்க..... இந்தப் பொறப்பு இவ்வளவுதான்னு நெனச்சுக்கிட்டு பேசாம இப்பிடியே இருந்துட்டா உசுராவது மிஞ்சும்...' என அச்சத்தோடு சொல்ல, சக்கையன் ஏமாற்றமாகப் பார்த்தான்.

அதுவரையிலும் பொறுமை காத்து நின்றிருந்த வள்ளி எரிச்சலடைந்தவளாகத் தனது கூந்தலை அள்ளி முடிந்தாள்.

'அடச்சீ... உங்களுக்கு எல்லாம் முதுகுல எலும்பு இருக்கா இல்லையா? இத்தன ஆம்பளைக இருக்கியளே... ஒருத்தனுக்குக் கூடவா எதுத்து நிக்கணும்னு துணிச்சல் இல்ல...'

என ஆவேசமாகக் கேட்டபோது ஆண்கள் கூட்டம் மௌனித்து நின்றது.

'நீங்க வேணா மானங்கெட்டுப் போயி இருங்க... பொம்பளைங்க நாங்க இருக்க முடியாது. சுத்திப் பாருங்கய்யா.. இந்த ஊரு பொம்பளைகள வயசு வித்தியாசம் பாக்காம அந்த ஜமீனும் அவரு மகனுமா சேந்து சீரழிச்சிருக்கானுக... இம்புட்டு நடந்ததுக்கு அப்பறம் பொண்டாட்டி பக்கத்துல போறதுக்கு உங்களுக்கெல்லாம் வெக்கமா இல்ல?... இப்பிடி பயந்து உசுரக் காப்பாத்திக்கிறதுக்கு நாக்கப் பிடுங்கிட்டு சாக வேண்டிதான...' வள்ளி ஆத்திரம் தீர பேசி முடித்தபோது அவளுக்குத் துணையாக ஊர்ப் பெண்களும் திரண்டனர்.

'ஏத்தா இந்த தூமியக்குடிக்கில ஒருத்தனும் எதுத்து நிக்க மாட்டான். இது நம்ம மானப்பிரச்சன... நாமதேன் எதுத்து நிக்கணும்...' என்றபடியே ஒரு பெண் ஆண்களைப் பார்த்துக் காறித் துப்பினாள்.

வள்ளி அந்தக் கூட்டத்திலிருந்து விலகி வேகமாக நடக்க, ஊர்ப்பெண்கள் அவளுக்குப் பின்னால் திரண்டு சென்றனர். சக்கையன் புத்துணர்ச்சி பெற்றவனாக அங்கிருந்து வேகவேகமாய் ஓடினான்.

★★★

ஜமீன் வீடு இருளில் ஆழ்ந்த உறக்கத்திலிருந்தது. அந்த வீட்டின் பின்வாசலிலிருந்து காட்டை நோக்கிச் செல்லும் பாதையில் ஒரு முதிய மரத்தினடியில் நின்ற சக்கையன் பூசைக்காக ஊதும் குழலை எடுத்து ஊதத் துவங்கினான். இரவின் அமைதியைக் கிழித்து சடாரென எழுந்த அந்தக் குழல் இசையால் உயிர்கொள்ளத் துவங்கிய மரங்கள் கூச்சலிட்டன. பறவைகள் விழித்துக்கொண்டு மிரட்சியோடு பறந்து சென்றன. காற்று அசாத்தியமான வேகத்தில் வீச, மரங்களில் கிளைகள் முறிந்தன. காடு பேயுரு கொண்டு எழுந்தாடியபோது தீப்பந்தங்களோடு நிறையபேர் ஜமீன் வீட்டை நோக்கி வந்தார்கள். அவிழ்ந்த கூந்தலும் பூமியதிர எழுந்த நடையின் சத்தமும் அவர்களின் நிழலை பூதாகரமாகக் காட்டியது. காற்றில் பறந்த சேலைகளைப் பொருட்படுத்தாமல் ஊர்ப்பெண்கள் சக்தி வடிவம் பூண்டவர்களாய் ஜமீன் வீட்டை நெருங்கினர். அரக்கர்களோடு யுத்தம் செய்து வீழ்த்தியும் வெறியடங்காத சக்தியின் வடிவமாய் இருந்த அவர்களின் உக்ரம் கண்டு காட்டுயிர்கள் மிரண்டு வழிவிட்டன. யானையொன்று பெரும் சப்தத்தோடு பிளிறியது.

சக்கையனின் குழல் இசையால் தூண்டப்பட்ட வனதேவாதிகள் சன்னதம் கொண்டு சக்தி உருவாயிருந்த பெண்களுக்குள் இறங்கியபோது ஒவ்வொரு பெண்ணும் நூறு மனிதர்களின் பலம் கொண்டவளானாள். அவர்களின் கையிலிருந்த தீப்பந்தங்கள் ஜமீன் வீட்டின் மரங்களிலும் சுவர்களிலும் கூரையிலும் பற்றிக்கொண்டது. வீட்டைச் சுற்றியிருந்த மரங்களும் செடிகளும் அந்நெருப்பில் கொழுந்துவிட்டெரிய, பெரும் தாபத்தோடு நெருப்பு வீட்டைப் பற்றிக்கொண்டது. மரத் தூண்களும் உத்தரங்களும் முறியும் சத்தமும் வீட்டிற்குள்ளிருந்து ஜமீனின் மனைவி பொம்மக்காவும் அவளது இரண்டு குழந்தைகளும் அலறும் சத்தமும் நீண்டதூரம் வரை எதிரொலித்தது. உயிரச்சத்தில் அலறிய ஜமீனின் உறவினர்களில் சிலர் அவசரமாக ஜன்னல்களை உடைத்துக்கொண்டு வெளியேற, கையில் ஆயுதங்களோடு காத்திருந்த பெண்கள் அவர்களை வெட்டி எரிந்தனர். நீண்டகாலமாய் காத்திருந்த யுத்தம் என்பதை வெளிப்படுத்தியது அப்பெண்களின் வேகம். துண்டாடப்பட்ட உடலிலிருந்து நெருப்பின் மீது தெறித்த குருதி அந்தப் பெண்களின் வேட்டையுணர்ச்சியை மேலும் தூண்டியது.

நெருப்பின் தீவிரம் ஒருபுறமும் ஊர்ப்பெண்களால் கொல்லப்பட்டவர்களின் அலறல் ஒருபுறமும் அந்த வீட்டை யுத்தகளமாக்கின. குரலறுக்கப்பட்டு முடங்கிக் கிடந்தவர்கள் நடத்திய யுத்தத்தின் தீவிரம் கண்டு கொட்டகையிலிருந்த மாடுகள் உயிரச்சத்தில் அலற, வாசலில் கட்டப்பட்டிருந்த நாய்கள் ஊளையிடத் துவங்கின.

வீட்டிற்குள்ளிருந்து உதவிக்கு ஆள் தேடி பொம்மக்கா வெளி வாசலுக்கு வர முயன்றபோது நெருப்பு அவளது பாதையை மறைத்தது. தீ சுவாலைகளுக்கு அப்பால் வீட்டைச் சுற்றிலும் ரத்த வெறி கொண்ட காளி தேவிகளாயிருந்த ஊர்ப்பெண்களை நோக்கி பொம்மக்கா கத்தினாள். 'ஏய் யாராச்சும் வந்து காப்பாத்துங்கடி...' என அவள் முதல் தடவையாக சத்தம் போடத் துவங்கியபோதே நெருப்பிலிருந்து கிளம்பிய பெரும் புகையால் தொண்டைக் கமறியது. சடாரென சுவாசப்பைக்குள் புகுந்த புகையால் அவதிப்பட்டவள் இருமலோடு மீண்டும் கத்தினாள். மரணத்தின் வாசலை அடைந்துவிட்ட அச்சத்தில் அவளது உடல் நடுங்க, கடைசி முறையாக ஊர்ப்பெண்களை நோக்கிக் குரல் எழுப்பினாள்.

'அய்யோ சாமி... யாராச்சும் எங்களக் காப்பாத்துங்கய்யா... என் புள்ளைகளயாச்சும் காப்பாத்துங்கய்யா...' என நெருப்பின் சத்தத்தையும் மீறி எழுந்த அவளது அலறலைக் கேட்ட ஊர்ப்பெண்கள், கையில் கிடைத்த பாத்திரங்களில் கிணற்றிலிருந்து நீரள்ளி முன்வாசலில் ஊற்றினார்கள். இன்னும் சிலர் கோணியையும் வெளியில் காய்ந்து கொண்டிருந்த துணிகளையும் நீரில் முக்கி அதனை எரியும் நெருப்பில் வீசியபோது நெருப்பின் தீவிரம் குறைந்து கொஞ்சமாய் வழி உண்டானது. வள்ளியும் இன்னும் சில பெண்களும் மின்னல் வேகத்தில் நெருப்பைக் கடந்து சென்று பொம்மக்காவை வெளியே இழுத்து வந்தார்கள். அந்தப் பெண்களின் உடலிலிருந்த வலுவை முதல்முறையாகப் புரிந்துகொண்ட பொம்மக்கா தனது பிள்ளைகளைக் காப்பாற்றச் சொல்லி மன்றாடினாள்.

'எம்புள்ளைய சின்னப் புள்ளைய.. எப்பிடியாச்சும் காப்பாத்தி விட்றுங்கடி..' என அவள் கத்திக்கொண்டிருந்தபோதே அங்கிருந்த வேறு சில பெண்கள் வீட்டிற்குள் வேகமாக ஓடிச்சென்று

படுத்த படுக்கையாய்க் கிடக்கும் சண்முகத்தாயைத் தூக்கி வர, பின்னாலேயே ஜமீனின் கடைசிப் பிள்ளையான சுப்புராஜும் ஓடிவந்தான்.

வாசலில் தற்காலிகமாக உருவாகியிருந்த பாதையை மீண்டும் நெருப்பு ஆக்ரமிக்கத் துவங்க, ஊர்ப்பெண்கள் பெருங்கூட்டமாய் மீண்டும் வீட்டினுள் நுழைந்து அங்கு உயிருக்குப் போராடிக் கொண்டிருந்த மற்ற பெண்களையும் குழந்தைகளையும் மீட்டு வந்தனர். காப்பாற்றச் சென்ற பெண்களின் உடலிலும் தீப் பற்றிக் கொண்டது, வாசலில் காத்திருந்த பெண்கள் தீப் பட்ட இடங்களில் மணலையும் நீரையும் வாரி இறைக்க, நெருப்பின் தீவிரம் கொஞ்சம் கொஞ்சமாய்த் தணிந்தது. ஜமீனின் உறவினர்கள் தங்களைச் சுற்றி நடந்த அவ்வளவையும் துர்கனவைப்போல் பார்த்துக் கொண்டிருந்தனர்.

தனது சேலையை வாரிச் சுருட்டிக்கொண்டு ஓடிய வள்ளி அலறிக்கொண்டிருந்த நாய்களை விடுவித்தாள். உயிரச்சத்தில் நின்ற இடத்திலேயே சிறுநீரும் மலமும் கழித்துவிட்ட நாய்களின் கண்கள் இருண்டு போயின. தப்பிப் பிழைத்தால் போதுமென்கிற வேகத்தோடு அவையிரண்டும் நொடிப்பொழுதில் காட்டினுள் ஓடி மறைந்தன.

வீட்டைச் சுற்றி வெட்டி வீசப்பட்ட தங்களின் உறவினர்களைப் பார்த்த ஜமீன் வீட்டுப் பெண்கள் கதறியழுதார்கள்.

‘ஐயோ பொம்மக்கா ஒனக்கு கண்ணு இல்லயா? எங்க வீட்டு ஆம்பளையளப் பூராம் இப்பிடி பலி எடுத்துட்டாளுகளே.... இனி நாங்க என்ன செய்யிவோம்...’ என ஒருத்தி அலற, ஊர்க்கார பெண்ணொருத்தி கையிலிருந்த பண்ணையறுவாளால் கதறிய பெண்ணின் கையில் வெட்டினாள்.

‘அய்யோ ஆத்தி... என்னய வெட்டிராதடி... என்னய வெட்டிராத...’ என அவள் கையெடுத்துக் கும்பிட, மற்றவர்களும் அச்சத்தோடு பார்த்தனர்.

‘இத்தன வருசமா இந்த ஊருல எத்தன உசுர எடுத்திருப்பிய... அப்பல்லாம் இனிச்சுச்சா... ஏண்டி அவுசாரிகளா... இப்ப ஒங்க உசுருன்னா மட்டும் கசக்குதா? பொச்சப் பொத்திக்கிட்டு

கெடந்தியன்னா உசுரோட போவீங்க... இல்லயின்னா ஒங்களையும் அறுத்துப் போட்ருவோம்...'

எனக் கத்த, ஜமீன் மனைவி அச்சத்தில் உட்கார்ந்த நிலையிலேயே உடையில் மூத்திரம் போய்விட்டாள்.

யுத்தகளத்திலிருக்கும் பெண்களுக்கு உதவியாக ஆண்களும் வந்து சேர்ந்தனர். சிலர் வீட்டின் கொல்லைப்புறத்தில் கட்டப்பட்டிருந்த மாடுகளை அவிழ்த்துவிட ஓடினார்கள்.

'இந்த வீட்டுல இருக்க ஒவ்வொரு பொருளும் நம்மள ஏய்ச்சு இவய்ங்க சேத்துக்கிட்டது. ஒண்ணுவிடாம எல்லாத்தையும் தூக்கியாந்துருங்க...' என வள்ளி கட்டளையிட்டாள். இளைஞர்கள் உடலில் ஈரத்துணிகளைப் போர்த்திக் கொண்டு வீட்டிற்குள் ஓட, பெரியவர்கள் சிலர் எரியும் நெருப்பிற்கு நடுவில் பாதையை உருவாக்கச் சென்றார்கள். இடிந்து விழுந்த மரத்துண்டுகளை நெருப்பினூடாகவே அப்புறப்படுத்தியபோது ஆட்கள் உள்ளே சென்றுவர இலகுவான வழியொன்று உருவானது. கையில் கிடைத்த பொருட்களையெல்லாம் அவர்கள் வெளியே தூக்கி எரிய பெண்கள் அவற்றையெல்லாம் ஒன்றாகச் சேர்த்துப் பாதுகாக்கத் துவங்கினார்கள். இதுவரை அவர்கள் பார்த்திராத மேசைகளும் அலங்காரப் பொருட்களும் பித்தளைப் பாத்திரங்களும் பாடம் செய்யப்பட்ட மிருகங்களின் உடல்களும் பட்டுத் துணிகளும் பெரும் குவியலாய்ச் சேர்ந்துகொண்டிருக்க, பொம்மக்காவும் அவளது உறவினர்களும் கையறுநிலையில் எல்லாவற்றையும் பார்த்துக்கொண்டிருந்தனர்.

சக்கையன் இசைத்த குழல் ஓசையில் இனிமை மறைந்து உக்ரம் கூடிக்கொண்டிருந்தது. அந்த இசையின் உக்ரத்திற்கு ஏற்ப மரங்களும் பேயாட்டம் போட, ஜமீனின் மாடுகளை வண்டியில் பூட்டிய சிலர் பொம்மக்காவை நோக்கி வண்டியைப் பத்தி வந்தார்கள்.

'எல்லாரும் எந்திரிங்க...' என உத்தரவிட்டபோது நடுக்கத்தோடு அவர்கள் எழுந்தனர். வள்ளியோடு இருந்த ஊர்க்காரன் ஒருவன் ஆத்திரத்தைக் கட்டுப்படுத்திக்கொண்டு 'ஒங்க யாரையும் இனி இந்த ஊருல பாக்கக் கூடாது... எங்கியாச்சும் ஓடிப்போயிருங்க...' என்றான்.

பொம்மக்காவும் அவளது உறவினர்களும் ஒருவரையொருவர் பார்த்துக்கொள்ள 'எதுக்குப் போகணும்?' என ஒருத்தி திமிரோடு கேட்டாள்.

'எதுக்குப் போகணுமா? அப்பிடியே உங்களையெல்லாம் வகுந்து போட்றவா? ம்ம்... உங்க குடும்பம் மூணு தலமொறையா இந்த ஊருக்குக் கொஞ்ச நஞ்ச கெடுதலா பண்ணி இருக்கிய... உங்க வீட்டு ஆம்பளையாளுகள கொண்ணுபோட்ட மாதிரி ஓங்களையும் கொல்ல ரொம்ப நேரம் ஆகாது. ஆனா எங்களுக்கு மனசு வரல... இந்த வண்டிய எடுத்துக்கிட்டு மருதப்பக்கமா உங்க சொந்த பந்தத்துகிட்ட போயிருங்க... இனி இந்தப் பக்கம் வரக்கூடாது...' என கடுமையாகச் சொன்னபோது பொம்மக்கா அவர்களை முறைத்தாள்.

'எலேய் என் புருஷனும் மகனும் வந்தா உங்க நெலம என்னாகும்னு தெரியும்ல...' என ஆங்காரமாய்ச் சொன்னவளைப் பின்னாலிருந்து வந்த பெண்ணொருத்தி ஓங்கி மிதித்தாள். அலறியபடியே பொம்மக்கா சரிந்து விழ 'ஏண்டி அவுசாரி பாவம் பாத்துப் போய் தொலஞ்சிருங்கடின்னு சொன்னா எகத்தாள மயிராவா பேசுர...' என அவள் சத்தம் போட உடலிலிருந்த மண்ணைத் துடைத்தபடியே எழுந்த பொம்மக்கா எல்லோரையும் பாவமாகப் பார்த்தாள்.

'ஏத்தா மாத்துத் துணி கூட இல்லாம சின்னப் பிள்ளயலயும் வெச்சுக்கிட்டு நாங்க எங்கத்தா போவோம்... நகநட்டு துணிமணின்னு எதையாச்சும் எடுத்துக்கறோம்.'

என கையெடுத்துக் கும்பிட்டவளை அங்கிருந்தவர்கள் பொருட்படுத்தவில்லை.

'ஒன் புருசன் எங்கெங்கலாம் சொத்து சேத்து வெச்சிருக்கான்னு உனக்குத் தெரியாமயா இருக்கும். போடி போயி அத வித்துப் பொழச்சுக்க...' என்றபடியே ஒரு பெண் அவளது பொடனியைப் பிடித்து மாட்டு வண்டியில் ஏறச் செய்தாள். இன்னொரு மாட்டு வண்டியில் மற்ற பெண்கள் ஏறிக்கொள்ள ஆண்கள் சிலர் சண்முகத்தாயை மாட்டுவண்டியில் ஏற்றிவிட்டனர். சுப்புராஜ் மாட்டை ஓட்டுவதற்கு ஏறி அமர்ந்தான்.

‘வண்டிய எப்பிடி பத்தணும்னு எனக்குத் தெரியாது...’ என சுப்புராஜ் ஊர்க்காரர்களைப் பார்த்துச் சொல்ல, ஒருவர் மாட்டின் பின்புறத்தில் ஓங்கி அடித்து ‘ஹேய்... ஹேய்... த்த்ர்ரி...’ என சத்தம் போட மாடு மெதுவாக நடந்தது.

‘போ அப்பிடியே சத்தம் குடுத்துட்டே இரு... எங்க போகணுமோ... மாடு ஒன்னயக் கூட்டிக்கிட்டுப் போயிரும்...’ என்றார். ஊர்க்காரர்களையும் தனது வீட்டையும் ஒருமுறை திரும்பிப் பார்த்துக்கொண்ட சுப்புராஜ் மாடுகள் இரண்டும் வேகமெடுப்பதைக் கண்டு சுதாரித்தான். வீட்டு வளாகத்தைத் தாண்டி அந்த மாட்டுவண்டிகள் சென்றபோது ஊர்க்காரர்கள் அதுவரையில்லாத பெரும் விடுதலையுணர்வை உணர்ந்தார்கள்

★★★

யுத்தத்தின் சாட்சியாய் குழல் இசைத்த சக்கையன் பாதி இரவில் மயங்கிப்போக, வள்ளியும் இன்னும் சிலரும் அவனைத் தூக்கி வந்து ஜமீன் வீட்டின் கிணற்றடியில் போட்டார்கள். பசியும் தாகமும் உறைக்க, எழுந்து மூச்சு முட்ட நீரையருந்தியவன் கிழக்கில் விடிவதற்கு முன்பான அடர் இருளைக் கண்டு திகைத்தான்.

'நான் ஓடனே காட்டுக்குப் போயாகணும்... எல்லாரும் இங்க சூதானமாகப் பாத்துக்கங்க...' எனச் சொல்லிவிட்டு ஓடினான். காற்றைக் கிழித்து ஓடிய அவனுக்குக் காடு வழிவிட்டது. புதிய கண்கள் முளைத்த மரங்கள் அவனது உற்சாகம் கண்டு பூரித்தன. நூறு வருடங்களுக்கு முன்னால் தேராடி சொன்ன அந்த நாளை நெருங்கிவிட்ட கொண்டாட்டத்தில் மலைகள் நிம்மதி பெருமூச்சு விட்டன. திரும்பிய வழியெங்கும் அவன் விட்டுச் சென்ற மகிழ்ச்சியின் நிறைவில் காட்டுச் செடிகளில் பல கோடி மலர்கள் பூக்கத் துவங்கின. அந்த மலர்களிலிருந்து பரவிய தெய்வீகமான வெளிச்சத்தில் நிலா வேகமாய் மேகத்திற்குள் மறைய, பொழுது விடியத் துவங்கியது.

பரணுக்குத் திரும்பிய சக்கையனிடம் வெளிப்பட்ட உற்சாகமே மற்றவர்களுக்கு நடந்ததை யூகித்துக்கொள்ளச் செய்தது.

'அவய்ங்க ஒருநாளும் இந்த ஊருப்பக்கம் திரும்ப முடியாத பயத்த நம்ம ஊர்க்காரய்ங்கக் காட்டிட்டாய்ங்கண்ணே... ஆம்பளைங்க கூட மொதல்ல பயந்துகிட்டு வரல... ஆனா பொம்பளைக ஒவ்வொருத்தியும் வேட்டக்கிப்போன சாமியா மாறிட்டாளுங்க... இந்தக் காட்டையும் மலையயும் நம்ம ஊரையும் காப்பாத்துன சாமிங்க... எங்க பளிச்சியாத்தாளப் பாத்த மாதிரி இருந்துச்சுண்ணே...' என பரவசமாய்ச் சொல்லி முடித்தான்.

'நல்லதுரா சக்கையா... மிச்சம் இருக்கது இந்த ரெண்டு நாயிங்கதான்... அதுங்களே ஒருத்தன ஒருத்தன் வேட்டையாடி சாகடிக்கட்டும்... அப்பிடி இல்லன்னா நாம செய்வோம்...' என்ற தனிக்கொடி அங்கிருந்து கிளம்புவதற்கான ஆயத்தங்களைச் செய்யச் சொல்லி உத்தரவிட்டார்.

மிச்சமிருந்த உணவுகள், சமையலுக்குப் பயன்படுத்திய சாமான்கள், துப்பாக்கிகள் எல்லாவற்றையும் கவனமாக மூட்டை கட்டியபின் சமைத்த இடத்திலிருந்த தடயங்களை வேகமாக அழித்தனர்.

இறைச்சியிலிருந்து சிதறியிருந்த குருதியின் மீது புதிய மணலைக் கொட்டினார்கள். தனிக்கொடி மட்டும் பரணில் ஏறி ஜமீனையும் அவரது மகனையும் எழுப்பிவிட்டுத் திரும்பினார். முந்தைய தினத்தின் காயங்களிலிருந்து குணமாகிவிட்ட ஜமீன் உற்சாகமாக இறங்கினார். ஓடைக்கரையிலேயே மலம் கழித்து உடலை சுத்தப்படுத்திக் கொண்டவர் உணவு மூட்டையிலிருந்து கொஞ்சம் இறைச்சியை வாங்கித் தின்றார். தனக்குப் பசியில்லை என உணவை மறுத்த கண்ணன் சக்கையனை தனியாக அழைத்துச் சென்றான்.

'தனிக்கொடி அண்ணங்கிட்ட ராத்திரி வெவரம் சொல்லி இருந்தேன்... ஒங்கிட்ட சொன்னாரா?' என கிசுகிசுப்பான ஒலியில் கேட்டான்.

'எல்லா வெவரமும் சொல்லிட்டாப்ள... ஒங்க விருப்பம் போல செஞ்சிருவோம் தம்பி...' என சக்கையன் சிரிக்க, அவர்கள் இருவரும் உற்சாகமாகத் திரும்பி மற்றவர்களோடு சேர்ந்துகொண்டனர். பரண் அமைக்கப்பட்ட இடத்திலிருந்து அவர்கள் கிளம்பியபோது எங்கிருந்தோ பறந்து வந்த ராஜாளிக் கழுகு அவர்களை மூன்றுமுறை வட்டமடித்துச் சென்றது. வீரணன் கழுகை நிமிர்ந்து பார்த்து பக்தியோடு கும்பிட்டார்.

மரங்களின் நடுவே கசிந்த சூரிய வெளிச்சத்தைக் கவனித்தபடியே முந்தைய தினம் வேட்டையாடிய மலை முகட்டினை வந்தடைந்தார்கள். 'அய்யா கண்டிப்பா அந்தப் பன்னியதான் சுடணுமா? என தனிக்கொடி பெயருக்கு ஒருமுறை கேட்க, பதில் பேசக்கூட பொறுமையின்றி எல்லோருக்கும் முன்பாக ஜமீன் பள்ளத்தை நோக்கி இறங்கினார். அவரைத் தொடர்ந்து மற்றவர்களும் இறங்க, அவர்களின் காலில் மிதிபட்டு செடிகளும் குச்சிகளும் ஒலியெழுப்பின. மழை நாளுக்குப் பிறகான பிரகாசமான வெளிச்சம் காட்டின் மீது படர்ந்திருந்தது. அணிலொன்று அவர்களைக் கடந்து தாவி ஓடியது. மரங்களில் விளையாடிக் கொண்டிருந்த குரங்குகள் தங்களது பார்வையிலிருந்து அவர்கள் மறையும்வரை குரல் எழுப்பின. வீரணனின் வேகத்திற்கு ஈடுகொடுத்து நடக்க முடியாமல் தொடர்ந்த மற்றவர்களுக்கு மூச்சுவாங்கியது.

மலைச்சரிவு முடிந்து காட்டின் சமதளம் துவங்கியபோது உயரமான

மரங்கள் தென்பட்டன. பாதையின் ஓர் ஓரத்தில் பன்றி ஓடியதால் செடிகள் நசுங்கிப்போய்க் கிடந்ததைக் கண்டுகொண்ட சக்கையன் அந்தத் தடத்தில் சிறிது தூரம் நடந்து பன்றியின் தடம்தான் என்பதை உறுதிசெய்தான்.

வீரணனும் அவரது ஆட்களும் கவனமாக அந்தத் தடத்தைத் தொடர்ந்து சென்று இறுதியில் ஒரு பெரிய பொந்துமரத்தினை வந்தடைந்தார்கள். சுற்றிலும் ஏராளமான மரங்களிருந்தாலும் அந்த மரத்திற்கு அருகில் பத்தடியில் அப்படியொரு இடைவெளி. சூரிய வெளிச்சம் பூமியில் விழாதபடி அடர்த்தியான கிளைகள். பாம்பொன்று இவர்களின் அரவம் கேட்டு மரத்திலிருந்து கீழே விழுந்து ஊர்ந்து சென்றது. இருநூறு வருடங்களைக் கடந்த அம்மரத்தில் தூரிலிருந்து எட்டு அடி உயரத்திற்கு அரிக்கப்பட்டு பெரும் பொந்து ஒன்று உருவாகியிருந்தது. முழுமையாகப் பார்த்தால் கழுத்து சுழுக்கிக்கொள்ளும் அப்படியொரு உயரம். அந்த இடத்தைச் சுற்றி பன்றி மூத்திரத்தின் வாடை கடுமையாக அடித்ததால் மர பொந்திற்குள் பன்றி பதுங்கி இருக்கவேண்டுமென்பதை உறுதிசெய்தனர்.

'பொந்துக்குள்ள இருக்க பன்னிய சுளுவா சுட முடியாது... அதக் கொல்லணும்னா மரத்த விட்டு வெளிய வர வெய்க்கணும்... ஏதாச்சும் வழி இருந்தா சொல்லு கொடி....'

என வீரணன் கேட்க, எல்லோரும் தீவிரமாக யோசித்தனர். சக்கையன் சுதாரித்து 'ஒரு வழி இக்குங்கய்யா.... அத செஞ்சா பன்னிய வர வெச்சிரலாம்...' என்றபடியே திரும்பி முத்தையாவிடம் 'எண்ணே நம்மகிட்ட சமையலுக்கு இருந்த இஞ்சி மிளகு வெங்காயம் மிளகா எல்லாத்தையும் எடுண்ணே...' என்று சொன்னான். அவனது திட்டத்தைப் புரிந்துகொண்ட மற்றவர்களும் வேகமாகச் செயல்படுத்த ஆயத்தமானார்கள்.

வீரணனும், கண்ணனும் தங்களது துப்பாக்கியில் மருந்தை நிரப்ப, தனிக்கொடி அருகிலிருந்த குட்டையிலிருந்து நீர் எடுத்துவரச் சென்றார். சக்கையனும் முத்தையாவும் மிளகு, வெங்காயம், மிளகாய், இஞ்சி இவற்றையெல்லாம் ஒன்றாகத் தட்டி ஒரு பாத்திரத்தில் நீரோடு கலந்தனர். கைவசமிருந்த சிறிய பாத்திரங்களில் எல்லாம் நீரை எடுத்து வந்து இதேபோல் செய்தபின் மரப்பொந்தினுள் அந்த நீரை ஊற்றினார்கள். சில

நொடிகளிலேயே மரப்பொந்திற்குள்ளிருந்து பன்றி உறுமும் சத்தம் கேட்டது. இஞ்சி மிளகுத் தண்ணீர் உடலில் பட்ட அரிப்பினால் பன்றி மூர்க்கமாக உறுமியபடியே வெளியேறத் துடித்தது. வீரணனும் அவரோடு இருந்தவர்களும் சுதாரித்து ஆளுக்கொரு பக்கமாகக் காத்திருக்க எதிர்பாராத நொடியில் பெரும் பன்றியொன்று பொந்திலிருந்து பாய்ந்து வந்தது. உடலில் சிறிய காயமுமில்லாத மூர்க்கமான அந்தப் பன்றியைக் கவனித்த வீரணன்,

‘எலேய் இது நாம சுட்ட பன்னியில்ல...’ என சொல்லிக் கொண்டிருக்கும் போதே பொந்திற்குள்ளிருந்து முந்தைய தினம் அடிபட்ட பன்றியும் வெளியேறி வந்தது. இரண்டு பன்றிகளும் தங்களது உயிரைக் காத்துக்கொள்ளும் வெறியில் மூர்க்கமாய் உறுமின. காயம்பட்ட பன்றியின் கண்களில் பழிதீர்க்கும் வெறி தெரிந்தது. நாலாபுறமும் சுற்றிச் சுழன்ற அந்தப் பன்றி மண்ணில் முட்டி செடிகளையும் குப்பைகளையும் வாரி இறைத்தது. மரத்தில் முட்டியபோது மரப்பட்டைகள் தெறித்துப் பறந்தன. நான்கு அடிகள் வீரணனை நோக்கி முன்னேறுவதும் பின் திரும்பி இன்னொரு திசையில் நின்ற கண்ணனை நோக்கி ஓடுவதுமாக பெரும் சாகசமொன்றைச் செய்துகொண்டிருந்தது. அந்தப் பன்றிக்குத் துணையாக நின்ற இன்னொரு பன்றியிடம் ஆவேசத்தோடு நிதானமும் இருந்தது. அங்கிருந்த ஒவ்வொருவரையும் அவதானித்த அந்தப் பன்றி வீரணனின் வேலைக்காரர்களைக் குறிவைத்து முன்னேறியது.

புத்திசாலித்தனமிக்க அந்த மிருங்களின் எதிரிலிருந்த வீரணனும் கண்ணனும் யார் எந்தப் பன்றியைச் சுடுவதெனத் தெரியாத குழப்பத்தில் ஸ்தம்பித்து நின்றனர். காயம்பட்ட பன்றி வீரணனை நோக்கி வேகமாக முன்னேறியது, துப்பாக்கியிலிருந்து தோட்டா வெளிப்படும் வேகத்தில் பாய்ந்த அந்தப் பன்றியிடமிருந்து தற்காத்துகொள்ள விலகியோடிய வீரணன் அவசரமாக அதனைச் சுட முயன்றார். பதற்றத்தில் துப்பாக்கியின் விசை சிக்கிக் கொண்டது. அவரால் அதனைச் சரிசெய்ய முடியவில்லை. தன்னிடமிருந்து வீரணன் தப்பிவிட்ட ஆத்திரத்தில் மண்ணில் தலையை முட்டி ஆக்ரோஷத்தை வெளிப்படுத்திய பன்றி வேகமாய் ஓடிவந்து அவரை முட்டித் தூக்கியது... இந்தமுறை அதன் இலக்கு தவறவில்லை. பழிதீர்க்கும் அதன் வெறி அடங்குவதாகவும் இல்லை.

தூரமாய்ச் சென்று சரிந்து விழுந்தவரின் கையிலிருந்து துப்பாக்கி சிதறி விழ, பன்றி விடாமல் துரத்திச் சென்று அவரை முட்டியது. வீரணனின் ஒரு கை முறிந்து அவர் அலற, பன்றி இப்பொழுது வயிற்றிலும் முட்டியது. பாதி உயிர்போன வலியில் வீரணன் அலற, கண்ணன் துப்பாக்கியோடு அங்கிருந்து தப்பியோட முயன்றான்.

யாரைத் தாக்குவதெனத் திரும்பிய இன்னொரு பன்றியை நோக்கி சக்கையனும் மற்றவர்களும் முந்தைய தினத்தைப் போலவே சப்தமெழுப்ப ஒரு நொடி மிரண்ட புதிய பன்றி கண்ணன் ஓடிய திசையின் பக்கமாகத் திரும்பியது. கண்ணன் அவசரமாகத் தனது துப்பாக்கியால் இரண்டு முறை பன்றியைச் சுட, ஒரு தோட்டா மட்டும் அதன் வலது காதினைக் கீறிச் சென்றது. பாறைக்குப் பின்னால் மறைந்துகொண்ட கண்ணனுக்கு அச்சத்தில் மூச்சு வாங்கியது. வீச்சென அலறிய பன்றியின் ஆத்திரம் முன்னிலும் பல மடங்கு அதிகரிக்க அது மீண்டும் பழைய திசையிலேயே திரும்பியது. சக்கையன் எழுப்பிய சத்தங்களையெல்லாம் பொருட்படுத்தாமல் தனிக்கொடியை நோக்கி ஓடிய அதன் வேகம் கண்டு சுதாரித்த சக்கையன் தனது கையிலிருந்த வேல் கம்போடு பன்றியை நோக்கி ஓடினான். பன்றி தனிக்கொடியை நோக்கிப் பாய்ந்த அதே வேளையில் சக்கையனும் வேல்கம்போடு பன்றியின் மீது பாய்ந்தான். சக்கையனின் கையிலிருந்த வேல்கம்பு பன்றியின் கழுத்தில் இறங்க, அது வீறிட்டு அலறியபடியே சுருண்டு விழுந்தது.

அந்தப் பன்றியின் அலறல் சத்தம் கேட்ட இன்னொரு பன்றியும் சக்கையனை நோக்கி மூர்க்கமாய் ஓடிவர, வீரணன் தூக்கிப் போட்டிருந்த துப்பாக்கியை தாவி எடுத்தவன் அவசரமாக அதனைத் திறந்து மூடி சரிசெய்தான். தன்னை நோக்கிப் பாய்ந்து வந்த பன்றியை மின்னல் வேகத்தில் சுட்டு வீழ்த்தினான். காயம்பட்ட வீரணனும், தப்பி ஓடிய கண்ணனும் ஆளுக்கொரு பக்கமிருந்து எல்லாவற்றையும் மிரட்சியோடு பார்த்தார்கள்.

அடிபட்டுக் கிடந்த வீரணன் ‘எலேய் எவனாச்சும் வந்து என்னயத் தூக்கி விடுங்கடா...’ என வலியோடு முனகினார். ஒருவரும் அவரை நெருங்கிச் செல்லவில்லை. பாறைக்குப் பின்னால் ஒளிந்திருந்த கண்ணன் இனி எதிர்க்க ஒருவருமில்லை என்கிற நிம்மதியில் ஓடிவந்தான். மிருகங்களின் மீதான வேட்டை முடிந்து

தனது அசலான வேட்டையை நிறைவேற்றும் நேரம். அவனது தந்தையிடமிருந்து மகுடம் அவனது தலைக்கு வந்துசேர இன்னும் சில அடி தூரமே மிச்சமிருந்தன. சக்கையனை வியப்போடு பார்த்த கண்ணன் 'எண்ணே நீ எப்பேர்ப்பட்ட வீரன்னு இத்தன நாளாத் தெரியாமப் போச்சுண்ணே...' என மகிழ்ச்சியோடு சிரித்தான்.

வலியில் அலறிய வீரணன், 'எலேய் இது நின்னு பேசிட்டு இருக்க நேரமில்ல. வெரசா என்னயத் தூக்கிட்டுப் போங்கடா.... ஆஸ்பத்திரிக்குப் போகனும்டா...' எனக் கத்தினார். அவரது முறிந்த கையிலிருந்தும், கிழிபட்ட வயிற்றிலிருந்தும் குருதி வெள்ளமெனக் கொப்பளித்தது.

'எலேய் கொடி துணியா எடுத்தாந்து என் வயித்தக் கட்டுடா...' என வலியில் முனகியவரை நெருங்கிய கண்ணன் முறிந்த கையை மிதிக்க, வீரணன் வலியில் அலறினார்.

'அய்யோ என்னயக் கொல்லப் பாக்கறானே... எலேய் என் மூத்திரத்த குடிச்ச நாயிங்களா? என்னயக் காப்பாத்துங்கடா...' என தனிக்கொடியையும் மற்றவர்களையும் பார்த்து வீரணன் கத்த, 'நாயிங்க தாம்ப்பா... ஆனா இனிமே எனக்கு விசுவாசமா இருக்கப் போறாய்ங்க...' என கண்ணன் சிரித்தான்.

காயம்பட்ட வலியும் துரோகத்தின் வலியுமாய்ச் சேர்ந்து வீரணனின் உடலைத் துளைத்தது. 'ஆ...' ஏய் பொம்மக்கா... என்னயக் காப்பாத்தி விடு... இந்தத் தாயோலிக கிட்ட இருந்து என்னயக் காப்பாத்திரு சாமி...' என அலறினார்.

அவரது அலறலைக் கண்டு சிரித்த கண்ணன், திரும்பி தனிக்கொடியைப் பார்த்தான்.

'எண்ணே இதான் சரியான நேரம்... நீங்க அவன சுடுறியளா? இல்ல நான் சுடட்டுமா?' என்றபடியே தனது துப்பாக்கியைத் தயார் செய்துகொள்ள சக்கையன் உட்பட வேலைக்காரர்கள் எதுவும் பேசவில்லை. தனது உயிரைக் காத்துக்கொள்ளப் போராடிய வீரணன்,

'டேய் களவாணித் தாயோலி ஒரு பொட்டச்சிக்காக அப்பங்காரனையே கொல்லப்பாக்கறியா?' என ஆங்காரமாய்க் கத்தினார். காயம்படாத இன்னொரு கையால் அருகிலிருந்த கற்களைப் பொறுக்கி அவன் மீது எறிந்தார். அந்தக் கையில் ஓங்கி

மிதித்த கண்ணன் அவரை நோக்கித் துப்பாக்கியை நீட்டினான்.

'அதே பொட்டச்சிக்காகத்தான நீ மகனையே கொல்லப் பாத்த... சாவுடா நாயே...' என அவரை நெருங்கி முகத்திற்கு நேராகக் கத்தினான்.

அவனிடமிருந்து உயிரைக் காத்துக்கொள்ளப் போராடி உடலை முன்னும் பின்னுமாய் நகர்த்திய வீரணனுக்குக் கண்கள் இருளத் துவங்கின. புலன்கள் வேகமாய்ச் செயலிழக்கத் துவங்கின.

'முப்பது வருசமா இந்தக் காட்டுல நான் வேட்டையாடாத மிருகமில்ல.. என்னய லேசுல கொண்ணுரலாம்னு நெனச்சிராத...' என்றபடியே எழுந்துகொள்ள முயன்றவரை கண்ணன் எட்டி உதைத்தான். சுருண்டு விழுந்தவரைக் கண்டு கண்ணன் சத்தமாகச் சிரித்தான்.

'எந்திரிய்யா... பெரிய புழுத்தி தான நீயி... எந்திரிச்சு நின்னு சண்டபோடு...' என்றபடியே அவரை மீண்டும் மீண்டும் எட்டி உதைக்க வலி தாங்காமல் அலறினார்.

அவன் இன்னொரு முறை வீரணனை உதைப்பதற்காக காலை உயர்த்த, அதேநேரம் பின்னாலிருந்து சக்கையன் துப்பாக்கியால் அடித்து கண்ணனை வீழ்த்தினான். தந்தைக்கு அருகிலேயே மகனும் சுருண்டு விழுந்தான். அவனது பின்னங்கழுத்திலிருந்து குருதி வேகமாய் வழிந்தோடியது. திரும்பிப் பார்த்தபோது சக்கையனோடு தனிக்கொடியும் முத்தையாவும் வந்து நின்றார்கள்.

வீரணனுக்கும் அவரது மகனுக்கும் நடப்பதைப் புரிந்துகொள்ள முடியவில்லை. இத்தனை காலமாக தங்களிடம் கைகட்டி நின்றவர்களிடம் இத்தனை வீரமும் வெறியும் இருக்கக்கூடுமென்பதை அவர்கள் எதிர்பார்த்திருக்கவில்லை.

'லேய் என்னங்கடா நெனச்சிட்டு இருக்கிய... எங்கள எதுவும் செய்ய முடியாது... நாங்க இல்லாம திரும்பி ஊருக்குள்ள போனா என்னாகும்னு தெரியும்ல...' என வீரணன் கத்தினார். தனிக்கொடி கையிலிருந்த வேல்கம்பை உயர்த்தி வீரணனின் வயிற்றில் இறக்கினார்.

'ஒனக்குத்தான் ஊருல என்ன நடந்துச்சுன்னு தெரியல... இனி எங்க ஊருல உங்க மூச்சுக்காத்துகூட படக்கூடாதுடா தாயோலி...'

என்றபடியே வீரணனின் கழுத்திலும் மார்பிலும் குத்திக்கொல்ல, கண்ணன் சத்தமாகச் சிரித்தான்.

'என்னயக் கொல்ல எங்கப்பன் திட்டம் போட்டான்.. நான் எங்கப்பனக் கொல்லத் திட்டம் போட்டேன். எங்க ரெண்டு பேத்தையும் கொல்ல ஊரே சேந்து திட்டம் போட்டியளோ...'

எனக் கேட்டபடியே அவன் இடைவிடாமல் சிரிக்க, சக்கையன் தனது கையிலிருந்த துப்பாக்கியால் கண்ணனின் மார்பில் சுட்டான். இரண்டாது தோட்டாவிற்கு அவசியமின்றி கண்ணனின் உயிர் பிரிந்தது.

முன்னெப்போதுமில்லாத அழகோடு காடு மிளிர, கையிலிருந்த கத்திகளால் சக்கையனும், மற்றவர்களும் கொலைசெய்யப்பட்ட இரண்டுபேரின் உடல்களையும் செதில் செதிலாக வெட்டினார்கள். மரத்திலும் செடியிலும் சிதறி விழுந்த குருதியை மண் வேகமாக உறிஞ்சிக்கொண்டது. ஒவ்வொருமுறை வெட்டும் போதும் அந்த மூவருக்கும் பல வருடங்களாக அடக்கி வைத்திருந்த வேதனைகள் எல்லாம் ஆனந்த வெறியாக வெளிப்பட்டது. நீண்ட நேரமாகக் காணாமல் போயிருந்த ராஜாளி மீண்டும் அவர்களைச் சுற்றி வானில் வட்டமடித்தது. அதன் வருகையைக் கண்டுகொண்ட சக்கையன் குருதி வழியும் கையோடு வானத்தை நோக்கி விசிலடித்தான். வேகமாய் பறந்து வந்த ராஜாளி துண்டாக்கப்பட்ட வீரணனின் மோதிர விரலைக் கவ்வியது. ஜமீன் குடும்பத்தின் அடையாளச் சின்னமாய் அலங்கரித்த மாணிக்கக் கல் மோதிரம் அந்த விரலில் ஒளிர்ந்தது. சில நொடிகளிலேயே அந்த விரலோடு பறந்த ராஜாளி அவர்களின் பார்வையிலிருந்து காணாமல் போனது.

சாமிக்கு படையல் வைப்பதைப்போல் உற்சாகக் குரலெழுப்பிய படியே மிச்சமிருந்த உடலின் பாகத்தையும் வெட்டியவர்கள், பல்வேறு துண்டுகளாகத் துணியில் மூட்டையாகக் கட்டினார்கள். மூவருக்கும் உடல் வலித்தது, களைப்பையும் மீறி அசாத்தியமானதொரு உற்சாகம் மனதில் பொங்கியெழ ஜமீனுக்காக வைத்திருந்த சுருட்டில் ஒன்றை எடுத்து தனிக்கொடி பற்றவைத்துப் புகைத்தார். முத்தையாவும் சக்கையனும் கைகளிலிருந்த குருதிக் கறைகளைக் கழுவிக்கொண்டு உணவு மூட்டைகளைப் பிரித்தனர். அந்த இடத்தில் குருதிச் சூடு அடங்குவதற்கு முன்பாகவே

மிச்சமிருந்த உணவுகளை நிதானமாக உண்டனர். பேசுவதற்கு அவசியமற்ற நிம்மதியில் அவர்களது மனங்கள் பூரித்திருந்தன.

உணவுகளைச் சாப்பிட்டு முடித்தபின் தனிக்கொடி துப்பாக்கி உட்பட சமையல் பொருட்களை எடுத்துக்கொள்ள சக்கையனும் முத்தையாவும் மூட்டையாகக் கட்டப்பட்ட உடல்களைத் தூக்கிக் கொண்டு நடந்தனர். வழியெங்கும் குருதி சொட்டியபடியே இருந்தது. காடு முழுக்க குருதி வாடை பரவியது. பெரும் மேடுகளை ஏறிக் கடந்தவர்கள் நீண்ட நேரத்திற்குப்பின் பெரிய பளிச்சி கடைசியாக மறைந்துபோன ஓடையின் பக்கமாக வந்தார்கள்.

மனிதக் கவுச்சியின் வாடையும் ரத்த வாடையும் காட்டு மிருகங்களின் வெறியைத் தூண்டியதால் மூர்க்கமான உறுமல்களை எழுப்பியபடி இவர்களைத் தொடர்ந்து வந்தன. நெருங்கித் தாக்க வரும்போதெல்லாம் தனிக்கொடி வானத்தை நோக்கிச் சுடுவார். சத்தம் கேட்டுச் சிறிது தூரம் ஓடுவதும் சில நிமிடங்களுக்குப்பின் மீண்டும் தொடர்ந்து வருவதுமாய் இருந்தன. அவர்கள் ஓடையை நெருங்கியபோது எதிர்த் திசையில் மிருகங்களின் அசைவுகளைப் பார்க்க முடிந்தது. ஓடையில் நீர் சலசலத்து ஓடும் சத்தம் ரம்மியமாய் எதிரொலிக்க, சக்கையனும் முத்தையாவும் மூட்டைகளைப் பிரித்துத் துண்டாடப்பட்ட உடல்களை நீரில் வீசினார்கள். நீரின் வேகத்தில் துண்டாக்கப்பட்ட கைகளும் கால்களும் வெறும் சதைக்கோளங்களாக உருண்டு செல்ல, நரிகளும் செந்நாய்களும் அந்தச் சதைக்கோளங்களைத் துரத்தி ஓடின. அவை வெறியோடு ஓடையை நெருங்குவதைக் கண்ட சக்கையன் சில உடற்பாகங்களை அவற்றை நோக்கி வீசினான். நரிகள் செந்நாய்களோடு மூர்க்கமாக சண்டையிட்டு தங்களுக்கான இரையைக் கவ்விப் பிடிக்க, செந்நாய்களும் விடாமல் போராடின. சக்கையன் இன்னும் சில உடற்பாகங்களை வீசியபோது அந்த மிருகங்களுக்கு இடையிலான சண்டை மூர்க்கமானது. தனிக்கொடி கடைசியாக ஒருமுறை வானத்தைப் பார்த்துச் சுட வாயில் கவ்விய சதைக் கோளங்கோடு மிருகங்கள் சிதறியோடின.

தூக்கி வந்த பொருட்களை எல்லாம் ஓரமாக வைத்துவிட்டு, உடைகளைக் களைந்த மூவரும் ஓடை நீரில் இறங்கித் தங்களது உடலிலிருந்த குருதிக் கறைகளைக் கழுவிக்கொண்டனர்.

★★★

நீண்ட காலம் வதைத்துக்கொண்டிருந்த துர்கனவிலிருந்து விடுபட்டு மகிழ்ச்சிகரமான புதிய கனவிற்குள் நுழைந்துவிட்டதைப்போல் பரவசத்தோடு அவர்கள் காட்டிலிருந்து ஊரை நோக்கித் திரும்பினார்கள். முதல்முறையாக விடுதலையுணர்வின் மகிழ்ச்சியை உணர்ந்தவர்களுக்கு எவருக்கும் குனியாத உடலோடும், அடிபணியாத மனதோடும் உலகைப் பார்ப்பது பரவசமாயிருந்தது.

‘போலிஸுக்காரனுக விசாரிக்க வந்தா என்ன சொல்றதுண்ணே…?’ என சக்கையன், தனிக்கொடியிடம் கேட்டான்.

‘சமீன் குடும்பத்துல இருந்த எல்லாருக்கும் பைத்தியம் புடிச்சிக்கிருச்சு. அதான் ஒருத்தனுக்கு ஒருத்தன் அடிச்சுக்கிட்டு வீட்டக் கொழுத்திட்டானுகன்னு சொல்லுவோம்…’ என்றார்.

காட்டின் எல்லை முடிந்து ஊர் துவங்கியபோது நாய்களின் குரைப்பொலி அவர்களை வரவேற்றது. அந்தி சாய்ந்து இருட்டத் துவங்கிய வேளையில் வீடுகளில் விளக்கேற்றப்படாமல் ஆள் நடமாட்டமின்றி இருந்ததைக் கவனித்தவர்கள் அவசரமாக மந்தையை நோக்கி ஓடினார்கள். நாய்களும் அவர்களைத் தொடர்ந்து ஓடிவர தனிக்கொடி சத்தம் போட்டு அவற்றைத் துரத்தினார். மந்தையில் படுத்திருந்த கிழவி நாய்களின் சத்தம் கேட்டு எழுந்து அமர்ந்தாள்.

எங்கத்தா ஊருல ஒரு சனத்தையும் காணாம்…?’ என சக்கையன் விசாரிக்க, கண்களைச் சுருக்கிப் பார்த்த கிழவி ‘எலேய் ஊருக்காரனுக பூராம் சமீன் வீட்டுலதான் இருக்கானுக.. அங்கன போயிப் பாருங்க..’ என்றாள்.

★★★

தூரத்து மலை முகடுகளில் பெரும் வெளிச்சங்களோடு ஆயிரமாயிரமாய் கண்கள் முளைத்திருக்க, பல வருடங்களாய் மண்ணுக்குள் புதைந்திருந்த முன்னோர்கள் விழித்துக்கொண்டனர். காட்டின் பல்லாயிரம் ஆன்மாக்களாக மாறிப்போயிருந்த அக்கண்கள் இந்த ஊரையும் காட்டையும் மகிழ்ச்சியோடு பார்த்துக் கொண்டிருக்க, ஜமீன் வீட்டை நோக்கி சக்கையன் வேகமாக ஓடினான். கால்கள் மறைந்து உடலில் ரெக்கைகள் முளைக்க பாதி தூரத்திற்கு மேல் தான் பறந்துகொண்டிருப்பதைப் போல் உணர்ந்தான். தனிக்கொடியும் முத்தையாவும் கூட அவனைப் போலவே காற்றில் பறந்து வருவதைப் போலிருந்தது.

பொன்னைக் கரைத்து ஊற்றியதுபோல் வசீகரமான இளமஞ்சள் நிற வெளிச்சம் ஜமீன் வீட்டைச் சுற்றிப் பரவியிருப்பதைத் தூரத்திலிருந்தே கவனித்துவிட்ட சக்கையன் மனம் குழம்பியவனாய்,

'இன்னுமா இவய்ங்க தீய அணைக்காம இருக்கானுக...' என முனகினான். வசீகரமான அந்த வெளிச்சத்தின் பின்னாலிருந்த தெய்வாதின மகிமையைக் கண்டுகொண்ட தனிக்கொடி 'எலேய் வெளிச்சத்தப் பாத்தா தீ எரியிற மாதிரி தெரியல... வேற ஏதோ ஒண்ணு...' என்றார்.

அவர்கள் ஜமீன் வீட்டு எல்லையை நெருங்கியபோது ஊர்மக்களின் குலவையொலி விண்ணைப் பிளந்தது. கடைசியாக பெரிய பளிச்சி இந்த ஊரின் தாகத்தைத் தீர்த்த நாளில் எழுந்த குலவைச் சத்தத்திற்குப்பின் இப்படியானதொரு குலவைச் சத்தம் அந்த ஊருக்குள் கேட்டதில்லை. மண்ணையும் மரங்களையும் எழுப்பிய அந்தக் குலவையொலி தந்த பரவசத்தால் சக்கையன் வேக வேகமாக கூட்டத்தை நோக்கி ஓடினான். தனிக்கொடியும் முத்தையாவும் அவனைத் தொடர்ந்து ஓடினார்கள். ஆட்களை விலக்கி சக்கையன் முன்னால் சென்றபோது கிணற்று மேட்டில் ஒளியின் பெருவெள்ளத்தை முழுமையாகத் தன்னுள் வாங்கி பிரகாசித்தபடி பளிச்சியம்மன் சிலை காட்சியளித்தது.

'ஆத்தா... தாயே...' என குரலுடைந்து சக்கையன் மண்டியிட்டுக் கதறினான். ஊர்க்காரர்களின் குலவைச் சத்தம் முன்னிலும் தீவிரமாக, நூறு வருடங்களுக்குப்பின் தங்கள் தெய்வம் கிடைத்துவிட்ட மகிழ்ச்சியில் பளியர்கள் பெருங்குரலில்

அழுதனர். சக்கையனின் உடலில் பளிச்சி இறங்கினாள். சிலைக்கு முன்னால் உடலதிர அவன் ஆடத் துவங்க, கூடியிருந்த மக்கள் வழிவிட்டு ஒதுங்கினார்கள். பளியர்கள் தங்கள் கைவசமிருந்த குழலையும் மேளத்தையும் வாசிக்க, கட்டுப்படுத்த முடியாத வெறியில் சக்கையன் ஆடிக்கொண்டிருந்தான். கால்கள் ஒவ்வொரு முறை பூமியில் மிதிபடும்போதும் மலைகள் அதிர்ந்தன. அவனே காட்டின் உருவமானான். அவன் ஆட ஆட மலையில் விழித்திருந்த ஆயிரமாயிரம் கண்களில் பூரிப்பில் நீர் சுரந்தன. அந்த முன்னோர்கள் மனம் குளிர ஆடிய சக்கையனை ஒருவராலும் கட்டுப்படுத்த முடியவில்லை. கொண்டாட்டத்திற்குக் காத்திருந்த வனதேவாதிகள் இன்னும் சில பளியர்களின் உடலில் இறங்க சக்கையனோடு சேர்ந்து அவர்களும் ஆடினார்கள்.

மேளச் சத்தமும் குழலிசையும் இப்போதைக்கு ஓய்வதாக இல்லையென்கிற வெறியோடு முழங்கிக்கொண்டிருக்க, தேராடி சாமி ஊர்வலத்திற்கு ஏற்பாடுகளைக் கவனிக்கச் சொன்னார்.

எரிந்து அடங்கிய ஜமீன் வீட்டிலிருந்து தேக்கு மரக்கட்டைகளைச் சேகரித்த ஊர் மக்கள் அதனைச் சிறிய சப்பரமாகக் கட்டினார்கள். அந்தச் சப்பரத்தில் பட்டுத்துணி விரிக்கப்பட்டு பளிச்சியம்மன் சிலை வைக்கப்பட்டது. சக்கையனோடு சில பளியர்கள் எல்லோருக்கும் முன்பாக ஆடியபடியே செல்ல, அவர்களைத் தொடர்ந்து இசைக்கருவிகளை வாசிப்பவர்கள் சென்றனர். பளியர்களும் ஊர்க்காரர்களுமாகச் சேர்ந்து அந்தச் சப்பரத்தைத் தூக்கிக்கொண்டு பீமன் பொடவை நோக்கி நடக்க, பெண்கள் மீண்டும் சத்தமாகக் குலவையிட்டனர்.

சப்பரத்திற்கு முன்னாலும் பின்னாலும் ஊர்மக்கள் தீப்பந்தங்களோடு செல்ல, சப்பரம் பெரும் ஆரவாரத்தோடு முதலில் ஊரை நோக்கிச் சென்றது. மந்தையை அடைவதற்குள்ளாக மக்கள் கூட்டத்தினுள் கட்டுப்படுத்த முடியாத ஆரவாரம் அதிகரித்திருந்தது. உடலில் அடித்துக்கொள்வதும், பெருங்குரலில் கத்துவதுமாய் அவர்கள் தங்களை நீண்டகாலம் அடக்கியிருந்த அடிமையுணர்விலிருந்து வெளியேற்றிக் கொண்டிருந்தனர். பளிச்சியம்மனுக்குத் தங்களையே படையலாக்கிவிடும் மூர்க்கத்தில் ஒவ்வொருவரும் உடலை அடித்துக்கொண்டனர். சாமி ஊர்வலம் வந்த காட்டுப் பாதை முழுக்க, அவர்களின் குருதி சிதறி வழிந்தது. சிறிய வேதனையைக்

கூட உணராத அவர்களின் தியாகத்தில் பூமி குளிர்ந்தது. அந்தக் குருதியில் ஆயிரம் வருட விளைச்சலுக்கான பெறுமதி இருந்தது.

மந்தையில் சப்பரம் வைக்கப்பட்டு ஊர்க்காரர்கள் சாமிக்கு பூசை செய்தனர். தேராடியும் பளியர்களும் வழிவிட்டு ஒதுங்கிக்கொள்ள ஊரின் பிற சாதியினர் தங்களைக் காத்த அந்த தெய்வத்திற்கு நன்றி செலுத்தும் விதமாக பூசைகளைச் செய்தனர். பூசை முடிந்து சப்பரம் ஊரின் எல்லா வீதிகளையும் சுற்றி வந்தது. ஒவ்வொரு வீதியிலுமிருந்த அந்தந்தச் சமூகத்திற்கான கோயிலில் பளிச்சியம்மன் சிலை வைக்கப்பட்டு, அந்தச் சமூகத்தினரும் அவர்களின் தெய்வமும் பளிச்சியம்மனுக்கான மரியாதையைச் செய்தபின் இறுதியாக ஊரெல்லையிலிருந்த காவல் தெய்வத்தின் பூடத்திற்கு சப்பரம் சென்றது. பளியர்களோடு சேர்ந்து ஊரின் பிற சமூகத்தினரும் தங்களது இசைக்கருவிகளை இசைக்க எல்லைக் கோயிலில் பெரும் பூசையொன்று நடந்தது. அந்தக் கோயிலின் பூசாரியான தனிக்கொடி பளிச்சியம்மனுக்கு அலங்காரம் செய்தபின் சப்பரத்திலிருந்த அம்மனை நோக்கி நெடுஞ்சாண் கிடையாக விழுந்து கும்பிட்டார். அவரோடு சேர்ந்து ஊர் மொத்தமும் விழுந்து கும்பிட்டது. மேளச் சத்தங்கள் முழங்க, குலவையொலிகளோடு அவர்கள் எழுந்தனர்.

‘எத்தன தலமொற ஆனாலும் இந்தக் காடும் மலையும் பளியனுங்க உங்களுக்குத்தான் சொந்தம். நாங்க இந்தக் காட்டையும் உங்களையும் அண்டிப் பொழைக்க வந்திருக்கோம். இதுக்கு முன்ன நடந்த மாதிரி இல்லாம நாம எல்லாரும் ஒரு தாய் பிள்ளையா சேந்து வாழணும்... அதான் எங்க எல்லாரோட ஆசையும்...’ என தனிக்கொடி தேராடியிடம் கோரிக்கை வைத்தார்.

ஊர்க்காரர்களும் பளியர்களும் தேராடி என்ன சொல்லப் போகிறார் என்பதைத் தெரிந்துகொள்ளும் ஆவலோடு பார்த்தனர்.

‘எங்க தெய்வம் இருக்க இடத்துலதான் நாங்க இருக்கணும். பீமன் பொடவச் சுத்திதான் எங்க முன்னோர்கள் வாழ்ந்தாங்க. நாங்களும் அங்க வாழ்றதுதான் சரியா இருக்கும். பல காலமா இந்தக் காட்டுல நாங்க தனியா வாழ்ந்தோம்... இப்போ நீங்க எல்லாரும் எங்களுக்குத் தொணையா இருக்கீங்கன்னு நெனச்சுக்கறோம்... உங்களுக்கும் எங்களுக்கும் நடுவுல எந்த எல்லையுமில்ல. மந்தையோட சேத்து எங்க பீமன் பொடவு இருக்கற எல்ல

வரைக்கும் எல்லாத்தையும் ஒரே ஊரா நெனச்சுக்கங்க...' என தேராடி சொல்லி முடிக்க ஊர் மக்கள் சந்தோசமாக ஆரவாரம் எழுப்பினார்கள்.

மீண்டும் இசைக்கருவிகள் முழங்க ஆரவாரத்தோடு சப்பரம் பீமன் பொடவை நோக்கி நகர்ந்தது. ஊர்வலம் பீமன் பொடவை நெருங்க நெருங்க பளியர்களின் இசைச் சத்தம் விண்ணை முட்டியது. சப்பரத்தைத் தூக்கி வந்தவர்கள் உற்சாகத்தில் தூக்கிப் போட்டுப் பிடித்தார்கள் அந்த நடவடிக்கையைக் கண்ட ஊர் மக்கள் ஆரவாரக் கூச்சலிட இரண்டு மூன்றுமுறை அதேபோல் சப்பரத்தைத் தூக்கிப்போட்டுப் பிடித்தார்கள். சப்பரத்தில் அமர்ந்திருந்த பளிச்சியம்மனும் உற்சாகத்தில் புன்னகைத்தது. பீமன் பொடவைச் சுற்றிலும் மஞ்சள் நிற மலர்களால் அலங்கரிக்கப்பட்டிருந்தது. சப்பரத்தை இறக்கிவைப்பதற்கு முன்பாக மேளதாளங்களும் குழலிசையும் அதன் உச்சத்திற்குச் செல்ல மொத்தக் கூட்டமும் உடலதிர ஆடினர். பளிச்சியம்மனை மலைப் பொடவிற்குள் எடுத்துச் செல்லவேண்டி தேராடி பூசைகளைத் துவங்கினார்.

மனித உருவில் வனதேவாதிகள் இறங்கியதுபோல் அப்படியொரு மூர்க்கமான ஆட்டம். சந்தோசக் கூச்சல்களும் ஆரவாரங்களும் கேட்டுக் கிளர்ந்த காடும் மலையும் கூட ஆட்டம் போட்டன. தேராடி பளிச்சியம்மனைத் தூக்கிக்கொண்டு பொடவுக்குள் சென்றார். சுனையை ஒட்டி நூறு வருடங்களுக்கு முன்னால் நீலி மலர்களுக்கு நடுவில் பளிச்சியம்மன் வைக்கப்பட்டிருந்த கல்லில் நிலா வெளிச்சம் நிரம்பியிருந்தது. அந்த வெளிச்சத்தின் மீது தெய்வத்தை வைத்தபோது, காடு ஒருபோதும் காணாத பேரொளியால் நிரம்பியது.

★★★

லஷ்மி சரவணகுமார் (40), மதுரை மாவட்டம் திருமங்கலத்தில் பிறந்தவர். வறுமையின் காரணமாகப் பள்ளிப் படிப்பைப் பாதியிலேயே கைவிட்டவர், வெவ்வேறு மாநிலங்களில் கூலியாக வேலை செய்திருக்கிறார். 2007ஆம் வருடம் முதல் சிறுகதையை எழுதியவர் தொடர்ந்து எழுதிவருகிறார். சிறுகதைகள், நாவல்கள், கட்டுரைகள் என வெவ்வேறு இலக்கிய வகைமைகளில் இவரது பங்களிப்பு முக்கியமானது. தமது நூல்களுக்காக ஏராளமான விருதுகளை வென்றுள்ளார். 2014 ஆம் வருடம் தனது வாசகியான கார்கியைக் காதலித்துத் திருமணம் செய்துகொண்டார். முக்கிய நட்சத்திரங்களை வைத்து இவர் எழுதி இயக்கியிருக்கும் வலைத்தொடர் ஓரிரு தினங்களில் வெளியாக உள்ளது.

பன்றி வேட்டை இவரது எட்டாவது நாவல். 2016ஆம் வருடம் தமது கானகன் நாவலுக்காக சாகித்திய அகாதமியின் யுவபுரஷ்கார் விருதை வென்றவர். அதன் பிறகு மீண்டும் அதே காட்டின் பின்னணியில் இந்த நாவலை எழுதியுள்ளார்.

நாவல்கள்:

- உப்பு நாய்கள்
- கானகன்
- நீலப்படம்

- கொமோரா
- ரூஹ்
- ரெண்டாம் ஆட்டம்
- வேட்டை

குறுநாவல்கள்:

- ஐரிஸ்
- வாக்குமூலம்

சிறுகதைத் தொகுதிகள்:

- நீல நதி
- யாக்கை
- வசுந்தரா என்னும் நீலவர்ணப்பறவை
- மச்சம்
- மஹ்ராஜின் மைதானம்
- போர்க்குதிரை

கவிதை:

- மோக்லியைத் தொலைத்த சிறுத்தை

கட்டுரைகள்:

- சொற்களைத் தவிர வேறு துணையில்லை
- இவர்கள்

தொகை நூல்கள்:

- யானை (தேர்ந்தெடுத்த சிறுகதைகள்)
- லஷ்மி சரவணகுமார் கதைகள் (2007 - 2017)
- தை எழுச்சி சில சாட்சியங்கள்
- முதல் கதை

www.ingramcontent.com/pod-product-compliance
Lightning Source LLC
LaVergne TN
LVHW100828051026
849519LV00006B/2217
9789348439956